원작
Khai Jung

번역
전혜경

나비의 혼이 선녀를 꿈꾸다

문예림

전 혜 경

- 한국외국어대학교 베트남어과를 졸업하고 한국외국어대학교 대학원 아주지역연구학과에서 정치학 석사학위를 받았으며, 숭실대학교 국어국문학과에서 문학 석사, 박사 학위를 비교문학논문으로 받았다.

- 번역서는 '금오신화', '한국 고전문학사', '구운몽', '월남우언선집', '재미있는 베트남 동물이야기', '특이한 베트남 사람이야기', '신기한 베트남 식물이야기' 등이 있으며 베트남어 저서로는 '한국 · 중국 · 베트남 전기소설의 비교연구', '한국 · 베트남 설화의 비교 연구'등과 다수의 비교연구 논문이 있다.

- 현재 한국외국어대학교 베트남어과 교수로 재직 중이다.

나비의 혼이 선녀를 꿈꾸다

초판 1쇄 인쇄 2019년 12월 20일
초판 1쇄 발행 2019년 12월 30일

원작 Khai Hung
번역 전혜경(한국외국어대학교 베트남어과 교수)
발행인 서덕일

펴낸곳 도서출판 문예림
주소 경기도 파주시 회동길 366(서패동) (10881)
전화 (02)499-1281~2
팩스 (02)499-1283
홈페이지 http://www.moonyelim.com
E-mail info@moonyelim.com

출판등록 1962. 7. 12 제2-110호
ISBN 978-89-7482-852-3 (93730)

머리말

베트남 역사에서 19세기 말부터 20세기 전반은 정치사적으로 베트남이 프랑스에 항거하여 반식민저항운동을 전개하는 시기이다.

이 시기 베트남 지식층들은 프랑스에 대항한 무력저항운동이 잇달아 실패로 끝나자 점차 현실을 직시하게 되었고, 대다수 민중을 계몽시켜야만 독립을 찾을 수 있다고 생각하게 되었다. 그래서 이들은 프랑스 당국과 타협점을 모색하며 국민의 무지를 일깨우는데 앞장섰는데 이러한 움직임은 사립학교를 개설하는 사학운동으로 번졌다. 그러나 이 시기는 아직 한문 및 한문의 차자문자인 쯔놈이 알파벳화한 베트남어와 병존하던 시기로 문학은 주로 애국 · 혁명을 주제로 한 역사서가 많이 읽히던 시기였다. 반면 혁명적 조류와는 달리 프랑스의 식민통치를 인정하면서 베트남사회의 내적인 개혁을 꾀하려는 온건파문인들은 문학잡지를 중심으로 문학활동과 문화적 투쟁을 전개하였다. 이와 같은 움직임에 따라 베트남에서도 비로소 동인지중심의 문학활동이 시작되는데 최초의 문학잡지는 〈동 즈엉 땁 지(Đông Dương tạp chí, 1913~1927)〉와 〈남 퐁 땁 지(Nam Phong tạp chí, 1917~1934)〉이었다. 이 동인지의 문인들은 〈삼국지〉, 〈걸리버 여행기〉, 〈삼총사〉, 〈레미제라블〉등의 외국소설을 국어로 번역소개 하였다.

카이 흥은 신문학 정착기의 대표적인 문학동인그룹 〈자력문단(Tự Lực Văn Đoàn.), 1932~1945〉의 주요멤버로, 1930년대 베트남문학계를 대표하는 사회계몽적 경향의 작가였다. 그러나 그의 초기소설 〈나비의 혼이 선녀를 꿈꾸다〉와 〈반 청춘〉은 베트남문학계에서 낭만적 경향을 띤 최초의 소설다운 소설로 평가 받았다.

여기서 번역 소개하는 〈나비의 혼이 선녀를 꿈꾸다〉는 서구식 교육을 받은 신지식인 남주인공 응옥(Ngọc)이 여름방학을 맞아 용강사 주지스님인 큰아버지를 만나러 절로 가는 도중 용모가 수려한 동자승 란(Lan)을 만나면서 이야기가 전개된다. 응옥은 란이 여자가 아닌가 의심하게 되고 란은 응옥이 자신을 거듭 의심하는 모습을 보이자 일부러 응옥을 피하고 냉대한다. ……중략….

한국에도 남장여자와 관련된 소설내용은 많이 있다. 보통 남장여자가 나오는 이야기는 대부분 여성이 사회적 지위가 낮은 상황에서 기지로 자신의 삶을 극복하고 성공한다는 내용이나 혹은 진정으로 사랑하는 남자를 만나 여자의 본 모습을 찾고 행복하게 산다는 내용이 주를 이룬다. 그러나 이 작품은 불교 사상에 근간을 두고 있기 때문에 더욱 베트남의 기층문화적 색채가 강조되어 있다. 그러나 여기서 흥미로운 점은 종교적 이념을 중시하면서도 새로운 길을 보여주고 있는 점이다. 이 작품은 작품 전편에 나타난 베트남의 문화적 색채도 흥미로울 뿐만 아니라 특히 작가 카이 흥이 보여주고 있는 문체의 아름다움이 작품의 백미를 더하고 있다.

번역자는 베트남의 많은 현대문학 작품 가운데 이 작품이 우리 한국독자들의 정서에 부합하는 수작으로 생각하고 이번 기회에 번역 소개하고자 한다.

끝으로 이 작품 번역에 많은 도움을 주신 베트남 사회과학원 한국학 연구학자 리 쑤언 쭝(Lý Xuân Chung) 선생님께 감사드리고 기꺼이 이 작품의 출판을 맡아주신 문예림 출판사에도 심심한 감사를 드립니다.

2019년 12월

번역자 전 혜 경

작가 소개

카이 흥(Khải Hưng, 1896～1947)은 20세기 전반기 베트남 낭만주의를 대표하는 필진 중 하나이다. 본명은 쩐 카잉 즈으(Trần Khánh Giư)이고 베트남 북부 하노이 근교 중심도시인 하이 즈엉(Hải Dương)성 빙 바오(Vĩnh Bảo)현 꼬 암(Cổ Am)마을의 봉건관리 가정에서 태어났다. 그 후 하노이의 알버트 사루트(Albert Sarrut)학교에서 공부하였고, 신문기자로 활동하며 글을 쓰기 시작했다.

1932년부터는 개혁성향을 지닌 녓 링(Nhất Linh, 1907～1948)과 함께 순보 퐁화(Phong Hóa)에 봉건문학을 공격하고 서구화를 주장하는 글을 연재하며, 1933년에 성립된 문학그룹 〈자력문단(Tự Lực Văn Đoàn), 1932～1945〉의 주요 필진이 되었다. 카이 흥의 첫 번째 소설은 1933년에 간행된 〈혼 브엄 머 띠엔(Hồn bướm mơ tiên): 나비의 혼이 선녀를 꿈꾸다〉으로 이 작품은 절의 지붕 아래 남녀 주인공이 함께 살 수는 없으나 영혼 속에서, 이상 속에서의 사랑을 묘사하였다. 1934년에 쓴 〈느어 쯩 쑤언(Nửa chừng xuân): 반 청춘〉은 논제소설로서 당시 도시 생활 속에서 부딪히고 있는 신구관념의 충돌을 언급하며 봉건윤리를 배격하고 개인의 사랑과 행복을 주장하였다. 이작품의 주인공은 신여성으로 행복과 사랑을 위해 투쟁할 줄 알았고 동시에 전통도덕을 지키기 위한 희생심과 인내심을 지니고 있었기 때문에 당시 베트남 독자들로부터 매우 환영 받았다. 역시 1934년에 나온 〈띠에우 썬 짱 씨(Tiều sơn tráng sĩ): 소산장사〉는 역사소설로서 크고 작은 실패를 경험하며 프랑스에 항거하는 귀족청년들의 이상적인 꿈을 묘사하였다. 그 외에도 〈자딩(Gia Đình): 가정〉이라는 작품에서는 소작농인의 생활을 개선하는데 힘을 기울이는 동정심 많은 젊은 지주부부를 주인공으로 등장시켜 〈자력문단〉의 사회개선적인 주장을 분명히 하였다. 녓 링과 함께 쓴 〈더이 므어 조(Đời mưa gió): 비바람 인생〉는 조폭의 삶을 살았던 여주인공과 모범적인 교사 사이의 이루어질 수 없는 사랑을 그리며 황홀한 첫사랑과 용서의 마음을 지닌 남주인공, 선한 인생으로 돌아가려 하지만 방종한 생활에 익숙해져 있는 여주인공이 결국 헤어져 서로 다른 길을 갈 수밖에 없음을 묘사하였다. 〈자력문단〉에 실린 카이 흥의 마지막 소설은 1943년에 나온 〈타잉 득 (Thành Đức): 청덕〉으로 당시 부유한 청년들의 비윤리적이고 극단적인 삶을 묘사하였다.

이상의 작품들에서 카이 흥은 풍부하고 재능이 뛰어난 소설문체로 호평 받았고 특히 예리한 관찰력으로 여성의 심리를 잘 묘사하였다는 평가를 받았다. 카이 흥은 2차 대전시기에는 정치활동에 참여하여 민정대월당에 가입하였고 프랑스 식민정권에 의해서 부 반 (Vu Ban, 지금의 화 빙)감옥에 투옥되었다. 이후 1945년 일본반정 때 풀려나 〈오늘날(Ngày nay)〉이라는 신문의 필진으로, 〈띠엥 방(Tiếng Vang): 울림〉의 주필로 활동하였고 또한 〈씨 엥씨(Xiềng xích): 수갑〉라는 장편소설을 신문에 연재하기도 하였다. 또한 1945년 8월 혁명 이후 카이 흥은 많은 시사성을 띤 단편소설과 단편극을 베트남신문에 연재하며 신정권에 대립적인 문인으로 평가되었다.

카이 흥은 1947년 지금의 남 딩(Nam Định)성, 쑤언 뜨엉(Xuân Tương)현에서 61세를 일기로 생을 마쳤다.

차 례

이 책은 2004년도 한국외국어대학교 학술연구조성비에 의해 이루어진 것임.

나비의 혼이 선녀를 꿈꾸다

I

트럭 한 대가 빠른 속도로 달리고 있었다. 박닌에서 출발한 동찌에우행 트럭이었다. 갑자기 양복을 입은 한 사내가 창문 밖으로 머리를 내밀고 두리번거리다 소리를 질렀다.

– 여기 세워주세요!

'빠아앙' 한번 경적 소리를 낸 후, 트럭은 서서히 속도를 늦추며 멈추어 섰다. 차에서 내린 사내는 오른쪽으로 돌아 구불구불하고 울퉁불퉁한 흙길로 들어섰다.

때는 이미 오후 5시 무렵이었으나 오월의 햇빛은 여전히 뜨거웠다. 길가의 개울에 반사된 태양빛은 자꾸만 그의 눈을 비집고 들었다. 사내는 눈이 부심을 막기 위해 왼쪽으로 모자를 비스듬히 눌러쓰지 않으면 안되었다.

양쪽 길가엔 황금빛 벼가 가득했다. 몇몇 중년의 남자와 여자들, 그리고 나이 어린 처녀들이 등을 구부리고 작은 낫을 쥐고, 어두워지면 다 베지 못하고 남을 벼를 걱정하는듯 서둘러 벼를 베고 있었다. 힘이 세 보이는 건장한 남자들이 작은 볏단들을 모아 대나무 끈으로 세게 묶어 큰 단으로 만들었다. 또 다른 몇몇 사람들은 땅속에 대나무 곡괭이를 꽂고 발을 꼬고 기대서서 그냥 먼 곳을 바라보며 잠시 숨을 돌리는 듯 했다.

낮은 산기슭 바로 옆 논에는 열 명 남짓한 무리의 처녀들이 일을 마치고 길가에 쌓아놓은 큰 볏단 위에 앉아 볏단을 지고 돌아오는 남자들을 기다리고 있었다.

Trên con đường Bắc Ninh – Đông Triều, chiếc xe ô tô hàng bon bon chạy. Bỗng một người hành khách bận âu phục thò đầu ra ngơ ngác nhìn rồi kêu:

- Cho tôi xuống đây!

Sau một tiếng còi lanh lảnh, chiếc xe từ từ đỗ, Người hành khách xuống xe đi rẽ sang tay phải theo con đường đất gồ ghề, cong queo.

Tuy lúc đó đã vào quãng năm giờ chiều mà nắng tháng năm hãy còn gay gắt. Mặt trời xiên ánh sáng xuống cái lạch nước phía bên đường phản chiếu lên, khiến lữ hành phải đội nghiêng cái mũ dạ về bên trái để cho khỏi chói mắt.

Hai bên lề đường, lúa chiêm vàng ối. Từng bọn vừa đàn ông, đàn bà, con gái cúi khom lưng, cầm liềm nhỏ cắt lúa trông ra dáng vội vàng chăm chỉ lắm như sợ trời sắp tối không đủ thời giờ gặt xong thửa ruộng. Một bọn nữa phần nhiều người lực lưỡng, kẻ thì lấy sức rít dây lạt bó các lượm lúa lại thành từng bó, kẻ thì cắm đòn sóc xuống đất đứng bắt chéo chân, nhìn vơ vẩn.

Trong một thửa ruộng ngay sát chân đồi, một đám hơn mười người con gái, công việc đã xong ngồi nghỉ trên những bó lúa xếp thành từng đống ở bên vệ đường để chờ bọn đàn ông trở lại gánh nốt.

사내를 본 한 처녀가 손가락으로 가리키며 친구에게 말했다.

– 얘들아, 저기 내 남편이 온다.

처녀들은 한바탕 웃었다. 다른 한 처녀가 노래를 불렀다.

– 여보세요! 큰길을 가고 있는 분,
발을 멈추고 제 말을 들어보세요.
당신은 어디를 그렇게 서둘러 가세요,
집안 일은 본부인이 알아서 하잖아요.

처녀들이 손뼉을 치며 한바탕 웃었다. 사내는 투기심 많은 북부 처녀들의 소문을 이미 알고 있기라도 한 듯, 고개도 돌리지 않고 머리를 숙인 채 걸음을 재촉했다. 그때 아까부터 노래를 부르던 한 처녀가 당장 쫓아가 사내를 붙잡기라도 할 듯 다시 일어서서 큰소리로 노래를 불렀다.

– 이봐요. 짐을 여기로 가져와요. 내가 들어 드릴게요. 아이고! 내 남편이 피곤해서 저렇게 땀으로 뒤범벅이 됐네요.

사내는 이미 멀리 가버렸지만 여전히 등 뒤에서 그를 놀리는 노래 소리는 계속 들렸다.

– 이봐요, 저녁 되기 전에 돌아가세요.

나에게 꼬였다고 어머니에게 야단맞지 않도록.

들판을 지나서 사내는 양쪽으로 나무가 무성한 언덕 사이에 어두운 길로 들어서게 되었다. 길은 울퉁불퉁 오르막이라서 사내는 힘이 들어 짐을 내려놓고 앉아 쉬었다.

Một cô thấy người lữ khách thì trỏ bảo bạn:

- Chị em ơi, nhà tôi đã về kia kìa…

Mọi người cười rộ, Một cô hát ví:

- Hỡi anh đi đường cái quan

  Đừng chân đứng lại em than đôi lời.

  Đi đâu vội mấy anh ơi,

  Công việc đã có chị tôi ở nhà.

Các cô vỗ tay, cười rũ rượi. Lữ khách như đã biết tiếng con gái vùng Bắc là đáo để, cắm đầu rảo bước lên đường, không ngoảnh cổ lại. Thì cô hát ví lại đứng dậy như muốn đuổi theo mà gọi:

- Này anh, anh đưa va-ly đây em xách cho. Khốn nạn! thương hại nhà tôi đi đường mệt nhọc, mồ hôi mồ kê thế kia kìa.

Lữ khách đi đã xa, còn nghe văng vẳng sau lưng câu hát ghẹo.

- Anh về kẻo tối, anh ơi,

Kẻo bác mẹ mắng rằng em dỗ dành!

Qua cánh đồng lúa, lữ khách đi vào con đường tối, giữa hai trái đồi, hai bên cây cối um tùm. Đường đã gồ ghề lại phải lên dốc, nên lữ khách mệt nhoài đặt cái va-ly xuống, ngồi thở.

그때 언덕 위 우엉 밭에서 한 동자승이 바지도 갈색, 웃옷도 갈색, 발에는 가로로 걸치는 줄이 있는 낡은 슬리퍼를 신고, 머리에는 우엉이 가득 든 바구니를 이고 그 좁은 길로 내려오고 있었다. 갑자기 낯선 사람을 만난 동자승은 수줍어 두 뺨이 붉어졌다. 아마도 시골에서 수행하는 그가 거의 보지 못하던 서양옷 차림새의 사람이라 놀라는 걸까?

스님을 보게 된 사내는 한 발 뒤로 물러서서 미소를 지으며 모자를 벗어들고 인사를 했다.

– 스님, 혹시 여기서부터 용강사까지 먼지 가까운지 좀 알려주시겠습니까?

스님은 오히려 궁금한 듯 사내를 보고 되물었다.

– 선생님 혹시… 선생님이 응옥씨이신가요?

– 네, 맞습니다. 제가 응옥입니다. 어떻게 아셨지요?

스님은 두 뺨이 더욱 붉어지며 머리를 숙이고 대답했다.

– 요 며칠 전에 큰 스님께서 선생님에 대해 말씀하셨어요. 선생님이 곧 이 절에 놀러 오실 거라고 하셨지요.

– 그러면 스님도 용강사에 계신가요?

– 예.

– 지금 스님도 절로 돌아가시는 길이세요?

– 예.

– 그럼 절에 거의 다 온건가요, 스님?

– 이 언덕을 지나가면 절이 보이지요.

응옥은 일어서서 짐을 챙겨들며 말했다.

– 그러면 함께 절까지 가시지요.

Bỗng ở vườn sắn bên đồi, một chú tiểu quần nâu, áo nâu, chân đi dép quai ngang sơ sài, đầu đội cái thúng đầy sắn, đương lần từng bước leo xuống con đường hẻm. Thốt gặp con người lạ, chú bẽn lẽn hai má đỏ bừng. Chắc vì chú tu hành ở vùng quê kệch không trông thấy người vận tây mấy khi nên chú sợ hãi chăng?

Người kia thấy chú giật lùi lại một bước, thì mỉm cười ngả mũ chào, rồi hỏi.

- Thưa chú, chú làm ơn bảo dùm cho từ đây vào chùa Long Giáng đường còn xa hay gần?

Chú tiểu tò mò nhìn lữ khách rồi hỏi lại.

- Thưa ông, ông có phải là ông Ngọc không?

- Vâng, chính phải, tôi là Ngọc, tại sao chú biết?

Chú tiểu hai má lại đỏ ửng cúi đầu xuống trả lời.

- Thưa ông, vì mấy hôm nay cụ thường nhắc đến ông và nói ông sắp lên chơi vãn cảnh chùa.

- Vậy ra chú cũng ở chùa Long Giáng?

- Vâng.

- Thế chú cũng về chùa chứ?

- Vâng.

- Gần đến nơi chưa, chú?

- Đi hết con đường đồi này thì trông thấy chùa.

Ngọc đứng dậy, xách va-ly nói.

- Vậy ta cùng về đi, đi.

응옥은 스님 옆에서 걸어 가면서 눈으로 흘깃 스님의 옆얼굴을 훔쳐 봤다.

– 이상하다. 어떻게 이런 시골에 저리도 고운 남자가 있을까? 살갗이 아주 희고 목소리는 마치 아가씨처럼 부드럽고 맑은데 …

그는 돌아서서 스님께 다시 물었다.

– 스님은 언제부터 이 사찰에 드셨나요?

– 이제 막 이 년이 넘었습니다.

스님은 다른 화제로 바꾸고 싶은 듯 갑자기 응옥에게 질문을 던졌다.

– 선생님은 용강사 주지스님의 조카가 되시지요?

– 네, 그렇습니다.

– 그러면 주지스님이 큰아버지가 되시나요?

– 네.

– 선생님은 경농학교에서 공부하셨다구요?

– 네. 스님은 저에 대해 아주 잘 알고 계시는군요.

스님은 어색한 듯 웃었다.

– 큰 스님이 선생님에 대해 자주 얘기하셨거든요.

두 사람이 좁은 길에서 빠져 나왔을 때는 해가 이미 언덕 뒤로 숨은 뒤였다. 저녁 바람이 솔솔 불어오고 황금 들녘의 익은 벼 냄새가 아주 그윽하게 올라왔다. 시골의 고요한 풍경에 응옥의 마음속에는 많은 감정들이 솟구쳐 올랐다.

– 스님은 이런 곳에서 수행하시니 즐거우시겠습니다.

– 속세로부터 멀리 있으니 절의 경치가 좋은 것이지요. 그보다 더 즐거울 것이 있나요?

Ngọc đi bên cạnh chú tiểu liếc mắt nhìn trộm nghĩ thầm.

- Quái lạ! Sao ở vùng nhà quê lại có người đẹp trai đến thế, nước da trắng mát tiếng nói dịu dàng, trong trẻo như tiếng con gái.

Rồi chàng quay lại hỏi chú tiểu.

- Chú tu ở chùa này từ bao lâu?
- Thưa ông mới hơn hai năm nay.

Chú tiểu như muốn đổi sang câu chuyện khác thốt nhiên hỏi Ngọc.

- Thưa ông, ông là cháu cụ Long Giáng tôi?
- Phải.
- Cháu gọi bằng bác?
- Phải.
- Ông học trường Canh Nông?
- Phải, chú biết tường tận lắm nhỉ.

Chú tiểu cười gượng:

- Ấy, cụ tôi vẫn nói chuyện đến ông luôn.

Lúc hai người ở con đường hẻm đi ra, thì mặt trời ẩn sau một trái đồi. Gió chiều hây hẩy đã mát, mùi lúa chín bốc lên thơm phức, khiến Ngọc ngắm cảnh nơi thôn dã êm đềm, trong lòng biết bao tình cảm.

- Chú tu ở vùng này thú nhỉ?
- Thưa ông, đã xa nơi trần tục mà mến cảnh chiền am thì không còn lấy chi làm vui thú nữa.

어투로 보아 스님은 학식 있는 집안의 자제인 듯 했다. 응옥은 미소를 지으며 다시 물었다.

– 스님은 한자를 읽을 줄 아세요?

– 예. 큰 스님께서 가르쳐 주신 덕분에 불경을 조금 읽을 수 있습니다.

– 그러면 수행하시는게 정말 즐거우시겠습니다, 스님. 경치도 좋고 책도 읽을 수 있어서 번잡하고 복잡한 세상을 잊을 수 있지 않습니까. 저도 큰 스님께 청해서 스님과 함께 수행이나 해볼까요?

스님은 대답을 피하려는 듯 고개를 길 쪽으로 돌리고 손가락으로 언덕을 가리키며 응옥에게 말했다.

– 선생님, 저기가 용강사입니다.

두 사람은 멈추어 서서 절을 바라보았다. 높은 언덕 중턱에 무성한 나무들 사이로 이끼 낀 기와가 섞여 있고, 무성한 푸른 잎들 사이로 사각의 종각이 솟아 있었다.

– 절이 참 아름답군요. 그렇지요, 스님?

– 예. 용강사는 북부 지역의 명승지입니다. 큰 스님이 말씀하시길 이 절은 이조(1009–1226) 인종 때 지었답니다. 처음에는 단지 작은 초가암자였을 뿐이었는데 나중에 공주 한 분이 부처님의 은덕을 입으려고 수행하러 와서 비로소 부왕이 지금처럼 크게 중수했답니다. 공주가 불도를 받은 이야기는 불법이 얼마나 현묘한지 실제로 잘 나타내 주고 있지요.

– 스님, 저에게 그 이야기를 좀 더 해 주실 수 있으신가요?

Nghe câu nói có vẻ ra con nhà có học. Ngọc mỉm cười hỏi chú tiểu.

- Chú biết chữ nho?

- Vâng, nhờ ơn cụ dạy bảo, tôi cũng võ vẽ đọc được kinh kệ.

- Thế thì đi tu sướng lắm, chú ạ. Có cảnh đẹp… lại có sách kinh Phật để mà quên cuộc đời náo nhiệt phiền phức… Hay tôi xin phép cụ ở lại chùa tu với chú nhé?

Chú tiểu quay mặt nhìn sang phía đường, rồi giơ tay trỏ lên một cái đồi, như muốn nói lảng.

- Thưa ông, chùa Long Giáng kia rồi.

Hai người đứng lại ngắm chùa. Lưng chừng một cái đồi cao, mấy nóc nhà rêu mốc chen lẫn trong đám cây rậm rạp, bốn góc bốn gác chuông vượt lên trên từng lá xanh um.

- Chùa đẹp quá, chú nhỉ?

- Vâng, Long Giáng là một danh lam thắng cảnh ở vùng Bắc. Cụ tôi thường thuật cho tôi nghe rằng chùa này dựng lên từ đời Lý Nhân Tôn. Trước chỉ là một cái am nhỏ lợp gianh, sau vì có một bà công chúa đến xin nương nhờ cửa Phật, nên nhà vua mới cho sửa sang nguy nga như thế. Câu chuyện thụ pháp của công chúa thực tỏ ra rằng phép Phật huyền diệu biết bao!

- Chú làm ơn kể lại cho tôi nghe có được không?

– 예, 큰 스님이 말씀해 주신 얘기를 더 해 드리지요. 선생님께서도 이조 태조를 아실 겁니다. 태조께서 미천한 신분일 때 부처님의 도에 아주 많은 은덕을 입었기 때문에 왕위에 오르자 태조께서는 많은 사찰들을 힘써 중수하셨답니다. 그러나 인종임금 때에 와서는 점성국 정벌에 힘을 쏟고, 또 중국에 대항해야 했기 때문에 불도에는 조금 소홀해졌다고 합니다.

그러자 옥황상제께서는 왕에게 깨우침을 주기 위해서 선녀를 지상에 내려보내어 수태하도록 하셨고, 이 선녀가 낳은 아기가 반코이 공주입니다. 공주는 절세가인이었으나 장성해서도 인간세계의 인연에 대해서는 전혀 관심을 두지 않고 단지 밤낮으로 불도 수행에만 열중하였습니다. 후에 부왕이 부마를 택하려고 하자 공주는 밤에 몰래 도망을 쳤습니다. 여러 신선들이 공주를 이 절에 이르는 길로 인도하였지요. 그래서 주지스님인 고현화상 밑에서 불법을 수행하게 되었습니다.

- Vâng, tôi xin thuật hầu ông nghe những lời cụ tôi thường kể. Chắc ông cũng biết đức Thái Tổ nhà Lý khi còn hàn vi nhờ đạo Phật rất nhiều… nên lúc ngài lên ngôi rồi, ngài dốc lòng chăm chỉ sửa sang các chùa chiền. Đến đời đức Nhân Tôn vì bận việc chinh phục Chiêm Thành và chống chọi với nước Tàu nên trễ nải đạo Phật.

Ngọc Hoàng thượng đế như muốn giúp nhà vua tỉnh ngộ, liền cho một nàng tiên nga giáng thế đầu thai, tức là Văn Khôi công chúa. Công chúa nhan sắc diễm lệ một thời, nhưng khi lớn lên chẳng tưởng gì tới việc trần duyên, chỉ ngày đêm học đạo tu hành. Sau nhà vua cố ý kén phò mã, Công chúa liền đương đêm lẻn bước trốn đi, nhờ có các thần tiên đưa đường đi tới nơi này xin thụ pháp đức Cao Huyền hòa thượng.

이후에 소식을 전하는 자가 공주를 염탐하여 왕에게 전하여, 왕은 여러 번 절에 군을 보내어 공주를 데려가려고 했으나 공주가 따르지 않았습니다. 화가 난 부왕은 관군에게 명령하여 절에 불을 지르게 하였습니다.

그런데 불길이 막 치솟으려니까 갑자기 황룡이 나타나 물을 뿜어서 즉시 불을 끄지 않았겠습니까. 그래서 이 절에 용강이라는 이름이 붙여지게 된 것입니다.

왕이 그 소식을 듣고 두려워하여 그때부터는 성심을 다하여 부처님의 현묘한 법을 따르고 공주가 다시 수행할 수 있도록 즉시 절을 중수하였습니다. 그 이후로도 여러 번 보수되었지만 절의 건축 양식은 여전히 옛날 그대로입니다.

응옥이 미소지으며 말했다.

– 스님은 아는 게 많으시군요?

동자승은 얼굴을 숙이고 땅을 내려다보며 나직하게 대답하였다.

– 저는 단지 큰스님께서 저에게 말씀해 주신 이야기들을 다시 전해 드렸을 뿐입니다.

– 하지만 스님께서 더 재미있게 말씀하시는 것 같습니다. 더구나 스님의 목소리는 아주 부드럽고 감미롭습니다.

또 다시 동자승은 말을 돌렸다. 이번이 세번째이다.

– 아이구, 말을 너무 많이 했네요. 오늘 제가 타종할 차례인데 서둘러 가야겠어요. 늦게 돌아가면 큰스님께 야단맞을 거예요.

– 절에 큰스님이 외에는 아무도 없나요?

– 목 스님이 있지만 오늘은 제 차례입니다.

Về sau có thám tử báo tin, đức vua mấy phen cho đến chùa đón công chúa về triều, công chúa nhất định không nghe. Nhà vua nổi giận, liền truyền quan quân phóng hỏa đốt chùa.

Ngọn lửa vừa nhóm, bỗng một con rồng vàng hiện lên phun nước tắt ngay, vì thế nên chùa này mới lấy tên Long Giáng từ thủa ấy.

Nhà vua được tin cả sợ. Từ đó ngài dốc lòng tin theo phép mầu nhiệm của đức Thích Già Mầu Ni và lập tức cho sửa sang chùa để công chúa ở lại tu hành. Ấy, chùa vì thế bắt đầu trùng tu từ thời ấy, đã bao phen tu bổ lại, nhưng kiểu chùa thì vẫn y như cũ.

Ngọc mỉm cười.

- Chú biết rộng lắm nhỉ?

Chú tiểu cúi mặt nhìn xuống đất se sẽ đáp.

- Thưa ông, đấy là cụ tôi kể cho nghe, tôi chỉ thuật lại mà thôi.

- Nhưng chú thuật khéo lắm. Lại thêm chú có cái giọng dịu dàng êm ái quá.

Lần này là lần thứ ba, chú tiểu nói lảng.

- Chết chửa, nói mãi. Hôm nay đến phiên tôi thỉnh chuông. Ta đi thôi, không trễ cụ quở…

- Ở chùa không còn ai à?
- Có chú Mộc, nhưng nay đã đến phiên tôi.

– 큰스님께서 스님이 아직 돌아오지 않은 것을 아시고 목 스님에게 대신 종을 치라고 하지 않으시겠어요?

말을 마치자마자 대답이라도 하듯이 종소리가 한차례씩 천천히 울려 퍼졌다.

그러자 응옥의 얼굴에 만연히 미소가 떠올랐다.

– 그것 보세요, 스님. 제 말이 맞지요?

서쪽 푸른 언덕들 뒤로 붉은 햇살이 검푸른 나뭇잎 틈새에서 반짝이고 있었다. 이끼가 가득 낀 절의 지붕은 나무와 풀과 흙의 색이 뒤섞여 있었다. 눈 깜박할 사이에 한꺼번에 짙푸른 보라빛으로 물든 풍경 속에 몇몇 벽들과 석회칠을 한 벽돌기둥들이 희미하게 보였다.

조용하고 평화로운 공기가 흐르는 중에 절의 향기가 번져가듯 천천히 울려 퍼지는 종소리는 자연의 풍경을 더욱 아름답게 보이게 했다. 적막한 허공으로 돌아가려는 석가모니의 부름을 느끼는 듯 나뭇잎들이 흔들리고 연기의 끝자락이 드리우고, 벼이삭이 바람에 '사삭' 소리를 내며 흔들렸다.

응옥이 동자승을 흘깃 보니 웅얼웅얼 불경을 외우면서 걷는데 얼굴은 수심에 찬 모습이었다.

함께 길을 걷는 사람이 모습부터 심혼에 이르기까지 깊이 드리워진 우울함을 드러내고 있어서 응옥의 마음 속에도 어딘가 모를 알 수 없는 우수가 조금씩 피어나고 문득 하노이의 번화하고 복잡한 광경이 떠올랐다.

- Cụ chưa thấy chú về, chắc cũng bảo chú ấy đánh chuông thay chứ gì?

Nói dứt lời thì bỗng ngẫu nhiên chuông đâu như đáp lại, khoan thai đõng dạc buông tiếng.

Ngọc mỉm cười.

- Đấy, chú coi, tôi nói có sai đâu?

Phía tây, sau dãy đồi cỏ biếc, sắc trời đỏ ửng lấp loáng qua các khe đám lá xanh đen. Mái chùa rêu phong đã lẫn màu cùng đất, cùng cây, cùng cỏ. Khoảnh khắc, mấy bức tường và mấy cái cột gạch quét vôi chỉ còn lờ mờ in hình trong cảnh nhuộm đồng một màu tím thẫm.

Trong làn không khí yên tĩnh êm đềm, tiếng chuông thong thả, ngân nga… như đem mùi thiền làm tăng vẻ đẹp của cảnh thiên nhiên. Lá cây rung động, ngọn khói thướt tha, bông lúa sột soạt, như cảm tiếng gọi của Mầu Ni muốn theo về nơi hư không tịch mịch.

Ngọc liếc mắt nhìn chú tiểu, thì chú tiểu vừa đi, miệng vừa lâm dâm cầu nguyện, nét mặt có vẻ mặc tưởng trầm tư.

Cái buồn rất hay lây. Đi cùng đường với một người, từ hình dung cho tới tâm hồn, nhuộm tuyền một vẻ ủ ê chán ngán, Ngọc thấy trong lòng bỗng nẩy ra mối buồn vẩn vơ man mác, đoái nghĩ tới những cảnh náo nhiệt phiền phức ở Hà thành.

그러나 젊을 때에는 슬퍼지기도 쉽지만 기뻐하기도 쉽다. 언덕의 오르막을 오를 때 길은 울퉁불퉁하고 미끄러운 조약돌이 있고 더우기 날은 어둑어둑해졌다. 결국 응옥은 발이 미끄러져 거의 넘어질 뻔하면서 순간 가방을 언덕 아래로 떨어뜨리고 말았다. 동자승이 급히 외쳤다.

– 아이구! 선생님 괜찮으세요?

– 네, 괜찮아요.

응옥이 아래로 내려가 가방을 집으려고 하자 동자승은 우엉이 든 대바구니를 서둘러 내려놓고 아주 빠르게 달려가 가방을 집어 올렸다.

– 고맙습니다, 스님.

가방을 주고 받다 눈이 마주친 두 사람은 한바탕 크게 웃었다. 그리고 동자승이 말했다.

– 선생님, 조심하세요. 이제 절에 다 왔어요. 좁은 길 옆에 물이 마른 우물이 있는데 자칫하면 넘어지기 쉬워요. 제가 앞에서 길을 안내할게요.

– 네, 고맙습니다, 스님. 아, 그런데 제가 깜박 잊고 아직 스님의 이름을 묻지 못했네요.

– 저는 란이라고 합니다.

그리고 스님은 손으로 큰 문을 가리키며 응옥에게 말했다.

– 여기가 삼관(절 입구의 세 개의 큰 문)입니다.

Nhưng tuổi thiếu niên tuy dễ buồn mà cũng dễ vui. lúc ấy lên đồi, đường vừa khấp khểnh đá sỏi vừa trơn, lại thêm trời nhá nhem sắp tối nên Ngọc trượt chân suýt ngã, văng cái va-ly xuống sườn đồi. Chú tiểu giật mình vội kêu.

- Chết chửa! Ông có can gì không?

- Không.

Ngọc toan xuống dốc nhặt va-ly thì chú tiểu đã vội đặt thúng sắn, thoăn thoắt chạy xách lên.

- Cảm ơn chú.

Hai người cười ồ. Chú tiểu nói.

- Ông nên cẩn thận. gần đến chùa rồi. Có cái giếng cạn ở bên đường khéo mà ngã xuống đấy thì khốn. Để tôi đi trước đưa đường cho.

- Cảm ơn chú. À quên, tôi chưa hỏi tên chú là gì.

- Tôi là Lan.

Rồi chú trỏ tay bảo Ngọc.

- Tam quan đây rồi.

용강사의 삼관은 북부지역의 많은 절들의 삼관과 아주 비슷했다. 건축 양식은 아주 간단했다. 좁은 세 칸이 있는 관사처럼 보이는데 그 위에 사당 같은 작은 지붕이 올려진 듯 했다. 삼관은 드나들기 위해 사용하는 것이 아니라 단지 장식용으로 세워졌기 때문에 실제로 열 수 있는 문이 없었다. 그래서 삼관은 어느 누구도 오를 수 없는 벽처럼 언덕 중턱에 곧추 세워졌다. 드나드는 문은 따로 작게 문이 나 있었다.

란은 응옥을 데리고 우엉 밭을 지나 꽃문양이 있는 낮은 벽을 끼고 돌아갔다. 그때 절에서 일하는 한 농부가 윗옷은 벗은 채 갈색 바지를 무릎까지 걷어올리고 부엌에서 뛰어 나왔다. 그는 미처 응옥을 보지 못하고 서둘러 동자승을 나무랐다.

– 란아, 큰스님이 방금 너를 야단치셨다.

– 큰스님은 어디 계세요?

– 대웅전에서 예불을 하고 계신다. 오늘 왜 이렇게 늦은 게야?

동자승은 몇 발자국 떨어져 서있는 응옥을 가리키며 말했다.

– 절에 참관하러 오시는, 큰스님 조카 응옥 씨를 우연히 만나 모시고 오느라고 조금 늦었어요. 목 스님께 말씀드려서 좋은 쌀을 가져다가 응옥씨가 드실 수 있도록 밥을 좀 지어주세요.

Tam quan chùa Long Giáng cũng như nhiều tam quan các chùa vùng Bắc, cách kiến trúc rất sơ sài, trông giống cái quán, có ba gian hẹp. Trên mái làm dô lên một cái mái nhỏ giống hệt cái miếu con. Vả tam quan không có cánh cửa mà hình như chỉ là một cái cảnh để bài trí cho đẹp mắt chứ không dùng để ra vào. Vì thế tam quan xây ngay trên sườn đồi đứng thẳng như bức tường không ai leo lên được. Còn ra vào thì có cái cổng con.

Chú tiểu Lan đưa Ngọc đi qua một cái vườn sắn rồi vòng quanh một bức tường hoa. Một người điền tốt, cởi trần, quần nâu, ống xắn lên quá đầu gối ở trong bếp chạy ra. Anh ta chưa kịp trông thấy Ngọc, vội vã gắt với chú tiểu.

- Kìa chú Lan, cụ vừa quở chú đấy.

- Cụ đâu?

- Cụ đương làm lễ ở trên chùa. Sao nay chú về muộn thế?

Chú tiểu vừa nói vừa trỏ Ngọc đứng cách đấy mấy bước.

- Tôi gặp ông Ngọc là cháu cụ đến vãn cảnh chùa nên đi hơi chậm, chú bảo chú Mộc lấy gạo tám thổi nhé, để ông Ngọc xơi cơm.

응옥이 서둘러 말을 했다.

– 괜찮아요, 스님. 평소대로 하세요. 저는 스님들 드시는 대로 먹으면 됩니다.

그러자 농부는 웃으며 말했다.

– 손님, 우리는 신 김치와 묵은 쌀밥을 먹는데 손님이 어떻게 그걸 드시겠습니까.

동자승 란도 무언가 떠오른 듯 웃으며 말했다.

– 예, 선생님 말이 맞아요. 절에 오면 절의 방식대로 음식을 드셔야지요. 옛날에 큰스님도 역시 묵은 쌀밥을 드셨어요. 하지만 몇 년 새 연세가 드시고 몸이 약해지셔서 식사를 조금밖에 못하시기 때문에 큰스님 드시도록 한 마지기 땅에 좋은 쌀을 따로 경작하고 있습니다. 선생님께서는 대웅전에 계신 큰스님 내려오실 때까지 쉬고 계십시오.

응옥은 동자승을 따라 기와 지붕에 목조로 된 나지막한 집에 들어갔다. 방안에는 아주 간단한 가구와 물건들이 놓여져 있었다. 방 가운데 흙으로 바른 댓돌상 위에 자리가 깔려 있고 그 뒤에 사당처럼 넓은 후실 속에 부처님께 제를 올리는 제상이 있었다. 응옥이 붉은색 커튼을 젖히고 나란히 앉아 있는 스무 좌에 이르는 불상을 보고 동자승에게 물었다.

– 이 분이 종정이시지요, 스님?

대답이 없어서 응옥이 돌아다보니 동자승은 언제 나갔는지 보이지 않았다. 응옥은 한동안 기다렸으나 꽤 오랜 시간 아무도 들어오지 않았다.

Ngọc vội đỡ lời.

- Thôi được, chú cho tự nhiên, tôi ăn cùng một thứ cơm với các chú cũng được, mà.

Anh điền tốt cười.

- Thưa ông, chúng tôi ăn cơm hẩm với dưa, ông xơi sao được.

Chú tiểu Lan mỉm cười.

- Vâng, ông nói rất phải. Đã đến ở cảnh chùa thì cũng phải ăn cơm kham khổ. Trước kia, cụ tôi chỉ xơi cơm hẩm, song mấy năm nay, vì cụ tuổi tác, yếu đuối mà xơi mỗi bữa có một chén, nên nhà chùa cấy riêng một mẫu tám để cụ xơi. Nhưng mời ông hãy vào nghỉ trong nhà tổ để đợi cụ xuống.

Ngọc theo chú tiểu đi vào một tòa nhà gỗ thấy lợp ngói, bên trong bài trí rất sơ sài. Ở gian giữa sau cái bệ đất trên giải chiếc chiếu đã cũ là bàn thờ tổ đặt trong một cái hậu cung xây thùng ra như cái miếu. Ngọc vén bức màn vải tây đỏ lên thì thấy lờ mờ đến hai chục pho tượng, liền hỏi chú Tiểu.

- Đây là các vị sư tổ có phải không?

Không thấy trả lời, Ngọc quay lại, thì chú tiểu đã đi từ bao giờ. Ngồi đợi lâu, vẫn không thấy ai ra vào.

날이 점점 어두워지고 금세 방안에 있는 것들이 더이상 보이지 않을 정도로 캄캄해졌다. 마당에는 달빛이 희미하게 드리워져서 어두운 방안에 있는 자신이 마치 깊은 동굴 속에 앉아 있는 듯 했다.

응옥은 피곤하고 목이 말라서 누군가 물을 갖다 주기를 기다렸다. 툇마루에 걸린 대나무 발 틈으로 부엌으로부터 올라오는 등불빛이 어렴풋이 스며들었다. 그리고는 누군가의 인기척이 났다.

– 목 스님, 제가 스님에게 말씀드렸으니 스님께서는 곧 내려오실 거예요. 아, 저는 등불을 켤 테니 스님이 응옥씨가 세수하도록 물을 좀 가져다 주실래요?

– 안돼, 나는 깨를 마저 빻아야 해.

– 그러면 호 아주머니는 어디 계세요? 아, 그럼 됐어요. 제가 등불을 갖다 놓고 가져다 드릴게요.

란 스님이 들어왔다.

죽순봉오리 모양의 옛날 등잔에 불빛이 비취니 스님의 얼굴이 더욱더 곱게만 보였다.

응옥은 스님을 바라보는 순간 화가 웃타마로의 호롱불을 들고 있는 일본 아가씨 그림이 생각났다. 응옥의 입술에는 슬며시 웃음이 피어나고 그런 응옥과 눈길이 마주친 동자승은 당황한 듯 책상에 등잔을 놓고 서둘러 나갔다.

– 아참, 란 스님. 물 주전자 좀 갖다주세요.

동자승은, 막 방문을 빠져 나가려다가 고개를 돌려 대답했다.

– 조금만 쉬시다가 행랑에 가시면 물을 드시고 식사를 하실 수 있을 거에요.

Trời dần dần tối. Một lúc trông không rõ các thứ bày trong nhà nữa. Lại thêm ngoài sân lờ mờ có bóng trăng, nên ở chỗ tối trông ra thấy như mình đang ngồi trong cái hang sâu vậy.

Ngọc vừa mệt, vừa khát, đương mong có người vào để xin chén nước thì nhìn qua cái giại che hiên, thấy ánh đèn dưới bếp đi lên, rồi nghe tiếng cười nói.

- Này chú Mộc, tôi đã bạch cụ rồi. Cụ sắp xuống đấy. À, trong khi tôi bận làm đèn thì chú đã lấy nước để ông Ngọc rửa mặt chưa?

Tiếng cười trả lời.

- Chưa, tôi đang bận giã vừng.
- Thế bà Hộ đâu? Nhưng thôi, tôi đem đèn lên rồi tôi lấy cũng được.

Chú Lan bước vào.

Cây đèn dầu tây hình búp măng chiếu ánh lên mắt chú trông càng xinh lắm.

Ngọc ngắm chú lại tưởng đến bức tranh người con gái Nhật cầm chiếc đèn xếp của nhà họa sĩ Utamaro. Nụ cười tự nhiên nở trên cặp môi Ngọc, khiến chú tiểu ngước mắt trông thấy, ngượng nghịu lúng túng, đặt cây đèn xuống án thư rồi vội bước ra ngoài.

- Này chú Lan, chú làm ơn cho tôi xin ấm nước nhé.

Chú tiểu, chân trong chân ngoài, quay cổ lại trả lời.

- Vâng, mời ông ngồi chơi, rồi lát nữa xuống nhà trai xơi nước và xơi cơm.

– 스님은 왜 그렇게 바쁘게 나가시는지요? 여기 잠깐 들어와 보세요. 제가 물어 볼 말이 있습니다.

란은 머뭇거리며 들어왔다.

– 주지스님은 옆방에서 식사를 하시고 여러 곳에서 오신 손님들은 속세의 객관에서처럼 행랑에서 식사를 하실 거예요.

– 네. 그렇게 제게 절의 습속을 이것저것 알려주셔서 감사합니다. 아 참, 대웅전(祖室)에서는 여러 종파의 큰스님들이 예불을 드리시는데, 그러면 이 양 옆의 두 칸에서는 누가 예불을 드리지요?

– 그곳은 후실이라고 합니다. 아들 없는 사람이 절에 시주를 많이 하면 절에서 예불을 하도록 해주는 곳이지요.

툇마루 밖에서 탁탁 나막신 끄는 소리가 났다. 응옥이 내다보았다. 헐렁한 갈색 옷을 입은 스님 한 분이 늙은 대나무 밑둥으로 만든 나막신을 신고 손에는 대나무 지팡이를 짚고 여유 있게 걸어 오고 있었다.

응옥이 서둘러 일어서서 합장을 했다.

– 안녕하세요 큰아버님.

– 조카구나. 여름방학이니?

– 네.

– 네 어머니는 안녕하시냐?

– 네, 큰아버님. 덕분에 여전히 건강하세요.

란은 응옥이 말하는 것을 듣고 미소를 지으며 나갔다. 몇 분 후에 그는 세숫대야를 들고 왔다. 응옥이 이를 보고 서둘러 툇마루로 나갔다.

– 고맙습니다, 스님. 그곳에 두세요.

- Thì chú đi đâu vội thế, hãy vào đây tôi hỏi chuyện đã.

Chú Lan ngần ngừ bước vào.

- Thưa ông, đây là nhà tổ, sư tổ thụ trai nghĩa là xơi cơm (chú mỉm cười) ở buồng bên. Còn các khách thập phương thì xơi cơm nước ở nhà tri, cũng như nhà khách của ông.

- Phải đấy, chú giảng nghĩa cho tôi biết ít nhiều phong tục ở nhà chùa. Này, chú ở nhà tổ thì thờ các sư tổ, còn hai gian bên cạnh này thì thờ ai thế?

- Đây là các hậu. Nghĩa là những người không có thừa tự, bầu hậu ở chùa thì nhà chùa cúng cho.

Có tiếng guốc lộp cộp ở ngoài hiên, Ngọc nhìn ra thì thấy một vị hòa thượng mình mặc áo vải nâu rộng, chân đi đôi guốc gốc tre già, tay chống cái gậy trúc, ung dung bước vào.

Ngọc vội vàng đứng dậy chắp tay thi lễ.

- Lạy bác ạ.

- Cháy đấy à? Cháu đã được nghỉ hè rồi à?

- Vâng.

- Mẹ cháu được mạnh chứ?

- Đội ơn bác, mẹ cháu nhờ giời vẫn mạnh.

Chú Lan nghe Ngọc nói, tủm tỉm cười, đi ra. Mấy phút sau chú bưng lên thau nước. Ngọc trông thấy vội vàng bước ra hiên nói.

- Cảm ơn chú, chú cứ để đấy cho tôi.

큰 스님이 말을 이었다.

– 왜 대야 받치는 받침대는 가져오지 않았느냐? 너는 이 선생이 양복을 입고 있는 것을 보지 못했느냐?

응옥이 서둘러 말을 거들었다.

– 괜찮습니다, 큰아버님. 제가 알아서 하겠습니다.

그리고 큰스님은 베트남산 갈색 새 수건을 가리키며 동자승에게 물었다.

– 그것을 가져온 거냐, 란?

– 예, 통에서 새 수건을 꺼내왔습니다.

큰스님은 나무랐다.

– 왜 순면수건을 쓰시도록 갖다 드리지 않고?

그리고는 응옥에게 물었다.

– 네가 이제 막 절에 왔는데 어떻게 저 동자승 이름이 란이라는 것을 알고 있느냐?

– 큰아버님, 제가 절에 오는 길에 란 스님을 만나 이야기를 나누다가 알았어요.

그때 응옥은 동자승이 웃는 것을 보았다. 응옥은 나직하게 물었다.

– 스님 왜 웃으십니까?

란이 작은 소리로 답했다.

– 선생님께서 큰스님이라 불러야 하는데 아직도 큰아버님이라고 부르고 있어서요. 앞으로는 큰스님이라고 부르시는 것이 좋겠어요. 출가수행을 하면 아무리 가까운 친척이라 해도 그렇게 불러서는 안 되거든요.

Sư cụ nói tiếp.

- Sao không lấy ghế đẩu? Chú không trông thấy thầy ấy vận quần áo tây à?

Ngọc vội đỡ lời.

- Được, bác cứ để mặc cháu.

Rồi trỏ vào cái khăn mặt vải ta nhuộm nâu còn mới, hỏi chú tiểu.

- Khăn của chú đấy chứ, chú Lan?

-Thưa ông, khăn mới lấy ở hòm ra đấy ạ.

Sư cụ mắng.

- Sao không lấy khăn mặt bông để thầy ấy dùng.

Rồi quay lại hỏi Ngọc.

- Cháu mới đến chùa mà biết tên chú ấy là Lan?

- Bẩm bác, cháu gặp chú Lan hỏi chuyện nên biết.

Lúc đó thấy chú tiểu cười. Ngọc liền hỏi thầm.

- Sao chú lại cười tôi?

Lan sẽ đáp.

- Vì tôi thấy ông xưng cụ là bác. Ông nên bạch cụ. Đã xuất gia tu hành thì người nhà dẫu thân mật đến đâu cũng không được nhận họ.

응옥이 미소를 지었다.

– 그렇군요. 고맙습니다. 지금까지 저는 절의 법도에 대해 자세히 물어본 적이 없어서 잘 몰랐습니다.

잠시 후에 목 스님이 와서 응옥을 행랑방에 가서 식사하도록 안내했다. 응옥은 일어서서 큰스님께 인사를 드리고 동자승을 따라 마당을 지나 열 칸이 넘게 길게 나란히 지어진 긴 행랑방에 닿았다. 그러나 세 칸만을 객지에서 오는 손님들을 위해 쓰고 나머지는 방마다 칸을 막아서 잠을 잘 수 있게 해놓았다. 이곳은 대웅전보다 더 단정하게 가구들이 배치되어 있었다. 가운데 칸에는 밋 나무로 만든 꽃 문양이 있는 평상과 책상이 하나 놓여 있었고, 오래 손때가 묻어 검은 빛이 도는 림 나무로 만든 두개의 긴 의자가 있었다. 상량(전통가옥에서 건물을 가로지르는 기둥) 위에는 줄 세 가닥을 늘어뜨려서 등불을 걸었는데 흰색의 유리 갓이 씌워져 있었다. 양쪽 벽으로부터 문까지 세 개의 니스칠을 한 긴 의자가 벽에 바싹 붙여 놓여 있었다.

저녁이 되니 절은 올라오는 사람, 내려가는 사람, 반상에 솥과 그릇들이 탁탁 부딪히는 소리로 분주하고 소란스러웠다. 그는 스님들이 귀한 손님을 맞을 잔치 준비를 하는 것이라 생각했다. 그러나 응옥은 이내 식탁 위에 차려진 상을 보고 미소 지었다. 누가 네모진 나무상 위에 단지 신 김치 한 접시와 까 열매(작은 레몬 비슷한 열매) 한 접시, 그리고 깨소금 한 접시만 있을 줄 알았겠는가!

Ngọc mỉm cười.

- Thế à? Cảm ơn chú nhé. Xưa nay tôi không hỏi tường tận nên không biết.

Một lát chú Mộc lên mời Ngọc xuống nhà trai xơi cơm. Ngọc lên xin phép sư cụ rồi theo chú đi qua sân, tới một nếp nhà ngang dài đến gần mười gian, nhưng chỉ để ba gian làm nhà tiếp khách thập phương, còn thì ngăn ra từng buồng làm phòng ngủ. Ở đây, bài trí có phần lịch sự hơn nhà tổ, gian giữa giáp bộ sập gỗ mít, kê một cái bàn, và đôi tràng kỷ gỗ lim lâu ngày đã đen bóng.

Trên xà treo một cái đèn ba dây, có chụp bằng thủy tinh men trắng. Hai bên kê sát từ tường ra tới ngưỡng cửa ba bộ ghế ngựa quang dầu ghép liền với nhau.

Ngọc nhác nhìn mâm cơm đặt trên bàn, mủm mỉm cười. vì buổi tối hôm ấy nhà chùa có vẻ náo nhiệt, nhộn nhịp, kẻ lên người xuống lạch cạch bát đĩa nồi mâm, thì vẫn tưởng các chú tiểu sửa soạn một bữa tiệc sang để thết khách quí. Ai ngờ trên chiếc mâm gỗ vuông chỉ thấy lỏng chỏng đĩa dưa, đĩa cà và đĩa muối vừng.

그때 목 스님이 연기가 무럭무럭 나는 두부된장찌개 한 접시를 들고 왔다. 란은 얼굴을 조금 찡그리고 목 스님에게 물었다.

– 왜 호 아주머니에게 두부를 구우라고 하지 않았어요?

– 땅콩 기름이 다 떨어졌어. 내일이 되어야 살수 있대.

란은 응옥을 돌아보며 말했다.

– 선생님, 오늘은 대충 이렇게 간단히 드셔야겠어요. 선생님께서 드시고 싶으신 것을 말씀하시면 호 아주머니에게 얘기해서 드실 수 있도록 준비할게요.

응옥은 미소지으며 답했다.

– 고맙습니다. 하지만 저는 지금 상차림 같은 절밥을 좋아합니다.

– 손님께서는 바깥세상의 음식에 익숙해 있으실텐데 어떻게 절밥을 계속 드시겠어요.

– 문제 없습니다. 서구 사람들은 일년 내내 과일과 채소만 먹지만 고기를 먹는 것보다 더 건강하지요.

– 그래요? 그렇다면 다행입니다.

– 저는 절 밥도 좋아하지만 큰스님께 허락 받아서 두 분 스님과 함께 식사를 한다면 더 즐거울 것 같아요.

란 스님이 웃었다.

– 그건 안됩니다.

Lúc đó, chú Lan bưng lên một bát đậu phụ kho tương khói bay nghi ngút. Chú hơi cau mặt, hỏi chú Mộc.

- Sao chú không bảo bà Hộ rán đậu?

- Dầu lạc hết rồi, mai mới mua được.

Chú Lan quay lại nói với Ngọc.

- Thưa ông, nay ông hãy xơi tạm. Nếu mai ông muốn dùng cơm mặn, xin bảo bà Hộ làm riêng để ông xơi.

Ngọc mỉm cười..

- Cảm ơn chú, nhưng tôi thích ăn cơm chay.

- Ông quen ăn mặn nay dùng một vài bữa cho biết mùi, chứ ông ăn mãi cơm chay thế nào được.

- Được chứ. Bên tây cũng có người chỉ ăn rau cùng hoa quả quanh năm mà lại mạnh khỏe hơn là ăn thịt.

- Thế à, thưa ông? Nếu vậy càng hay.

- Tôi muốn xin phép cụ được cùng ăn với hai chú cho vui….

Chú Lan cười.

- Thế không được.

– 왜요? 저는 불도의 고난을 감내하는 법도대로 지내고 싶습니다. 왜냐하면 저는 제가 불도를 매우 좋아한다는 것을 알고 있기 때문이지요. 특히 제가 그런 일이 있은 후부터는…

여기까지 이야기하고 응옥은 즉시 말을 멈추었다. 두 스님에게 자신의 개인적인 얘기를 토로하지 않은 것을 다행스레 생각하며 남은 말들을 속으로 삼켰다.

란을 처음 만났을 때 응옥은 그에게 마음이 끌리는 것을 이해할 수 없었다. 또한 마치 친한 친구에게 하듯 자신의 우울하고 가슴 아픈 이야기들을 란과 나누고 싶었다. 그러나 결국엔 마치 지나간 과거의 일을 생각하는 듯 조용히 앉아있기만 했다. 란은 이를 이상히 여기었으나 그저 묵묵히 밥을 퍼서 상 위에 올려놓았다.

– 선생님, 식사하세요.

– 고맙습니다, 스님. 왜 제가 스님들과 앉아서 식사하면 안 된다고 말씀하신 거죠?

– 그건 두 가지 이유가 있습니다. 그렇게 하면 사람들이 선생님을 보고 웃습니다. 그리고 우리도 수행을 하는 사람들이기 때문에 절의 소찬을 먹어야 할 뿐만 아니라 일반 사람들과 함께 앉아서 먹어서는 안 됩니다.

– 속세의 사람들을 말씀하시는 거지요?

– 수행하지 않는 사람들을 말합니다. 마치 내일 선생님이 큰스님과 함께 식사를 한다 해도 두 상을 따로 받아서 큰스님과 한 상에 앉아서 먹을 수 없는 것과 같은 이치지요.

– 이상하군요. 그러면 제가 수행을 하면 괜찮은가요?

- Sao vậy? Tôi chỉ muốn nếm thử các sự kham khổ của đạo Phật, vì tôi thấy tôi yêu đạo Phật lắm, nhất là từ ngày tôi bị...

Nói đến đây, Ngọc ngừng ngay lại, mỉm cười vì suýt nữa chàng đem chuyện riêng của mình thổ lộ cho hai chú tiểu nghe.

Ngọc không hiểu vì đâu gặp chú Lan chàng đem quyến luyến ngay, như người gặp bạn thân muốn đem hết những sự đau đớn phiền muộn của mình cùng người san sẻ. Ngọc ngồi âm thầm suy nghĩ, hình như ôn lại một quãng đời dĩ vãng, thì Lan xới bát cơm đặt lên mâm.

- Mời ông xơi cơm.

- Cảm ơn chú. Sao chú lại bảo tôi không thể ngồi ăn với các chú được?

- Thưa ông, có hai cớ. một là, như thế người ta cười, hai là chúng tôi đã đi tu hành thì không những phải ăn kham khổ, mà lại không được ngồi cùng mâm với...

- Với người trần tục, phải không?

- Nghĩa là với người không tu hành. Như đến có dọn cơm ông ngồi xơi hầu cụ cũng phải bưng hai mâm, chứ không được ngồi cùng mâm với cụ.

- Lạ nhỉ! Nhưng nếu tôi cũng đi tu thì được chứ?

란 스님이 미소지으며

– 네. 선생님이 수계를 해서 큰스님이 되시면 가능해요. 하지만 아마 최소한 30년은 걸릴 것입니다.

그때 목탁소리가 들렸다. 란은 서둘러 대웅전으로 달려갔다. 응옥은 밥을 먹기 시작했다. 옆을 돌아보니 목 스님이 팔을 끼고 서 있었다. 응옥이 물었다.

– 란 스님은 목탁소리만 듣고 왜 저렇게 허겁지겁 달려가는 것이지요?

– 큰스님이 부르셨기 때문입니다.

– 큰스님이 목탁을 두드려서 부르세요?

– 네. 주지스님이 목탁을 네 번 두드릴 때까지 가지 않으면 우리는 마당에 나가서 무릎을 꿇고 벌을 받아야만 합니다.

– 절의 법도가 엄격하군요.

– 우리뿐만 아니라 큰스님, 작은스님 모두 그렇습니다. 작년에 큰스님 한 분도 반나절 동안 무릎을 꿇어야 했지요.

– 그렇군요. 그럼 지금 그 큰 스님은 어디 계신지요?

– 그 스님은 이곳 가까운 절에 주지스님으로 가셨어요.

– 그러면 이곳에는 스님과 란 스님만 계신가요?

– 네. 그렇습니다.

– 그럼 두 스님은 작은 스님으로 올라가시겠습니다.

– 네. 저는 아주 오래 걸릴 겁니다. 란은 아마 머지않아 작은스님이 될 거구요. 란은 아주 똑똑합니다. 수계한 지 2년밖에 안 되었는데 불경을 다 외우지요.

Chú Lan mỉm cười.

- Vâng, nếu ông cũng thụ giới, nhưng khi nào ông lên chức sư cụ thì mới được, nghĩa là ít ra cũng ba mươi năm nữa.

Lúc đó nghe có tiếng mõ, chú Lan vội vàng chạy lên nhà tổ. Ngọc cũng bắt đầu ăn cơm. Quay ra phía bên thấy chú Mộc đứng khoanh tay, Ngọc liền hỏi.

- Sao chú Lan nghe tiếng mõ lại chạy hấp tấp đi đâu thế?
- Bẩm, sư tổ gọi.
- Cụ gõ mõ gọi à?
- Vâng. Nếu nghe hiệu lệnh không thưa khiến cụ đánh đến tiếng thứ tư thì chúng tôi phải ra ngay sân quì để chịu tội.
- Luật nhà chùa uy nghiêm nhỉ?
- Chả cứ chúng tôi, đến sư bác, sư ông cũng vậy. Năm ngoái sư ông cũng đã phải quì đến nửa ngày.
- Thế à! Vậy bây giờ sư ông đâu?
- Bẩm, cụ cho đi trụ trì ở chùa gần đây.
- Vậy ở đây chỉ có chú với chú Lan?
- Vâng
- Chắc là hai chú cũng lên sư bác chứ gì?
- Thưa ông, tôi thì còn lâu lắm. Nhưng chú Lan thì rất sáng dạ, mới thụ giới có hai năm mà kinh kệ thông lắm. Có lẽ ít nữa thế nào cũng được lên sư bác.

– 네. 저도 란 스님이 총명하시다 생각합니다. 그런데 스님은 란 스님의 고향이 어딘지 아시는지….

– 란 스님의 고향은 '닌빈'이라고 들었는데 부모님은 모두 돌아가셨다고 합니다.

– 그런데 왜 스님은 식사를 하러 가지 않으십니까?

– 손님, 절에서는 단 두 끼만 먹어요. 한 끼는 새벽 5시에 먹고 한 끼는 정오에 먹습니다.

– 그러면 배고프지 않으십니까?

– 오랫동안 고행을 해서 이젠 익숙해졌어요. 원래 절의 법도대로 하면 낮 한 끼만 먹어야 합니다.

– 하지만 제가 보기에 그것은 절의 규칙일 뿐 누가 그렇게 쉽게 따라 할 수 있겠어요.

– 수행하지 않는 많은 사람들은 그렇게 생각하지요. 우리가 고기를 먹고 생선도 먹는다고 의심하는 사람도 있지만 전혀 그렇지 않습니다. 특히 우리 주지스님은 법도에 대해 아주 엄격하세요. 조금이라도 잘못하면 즉시 벌을 주시니까요.

마침 배가 고프던 응옥은 절밥도 아주 맛있다고 여겼다. 그는 절에서 소찬을 먹는다고 계속 강조하지만 까와 신 김치, 콩, 깨 등도 생선이나 고기 못지 않다고 생각했다. 자연스럽게 응옥의 머리 속에는 번화한 곳을 멀리하고 싶은 생각이 들었다.

- Phải, tôi cũng nhận ra như vậy, nhưng chú có biết quê quán chú ấy ở đâu không?
- Bẩm, nghe đâu chú ấy ở Ninh Bình, cha mẹ mất cả.
- Nhưng kìa, sao chú không đi ăn cơm?
- Thưa ông, ở chùa chỉ ăn có hai bữa mà thôi, một bữa giờ sáng, và một bữa đúng ngọ.
- Thế không đói à?
- Khổ hạnh lâu ngày quen đi chứ. Chính phép nhà chùa thì chỉ được dùng một bữa cơm trưa mà thôi.
- Nhưng tôi chắc đó chỉ là luật phép nhà chùa, đã dễ ai tuân theo.
- Ấy, những người không tu hành vẫn đều tưởng thế. Có người lại ngờ cho chúng tôi ăn thịt ăn cá nữa, nhưng chẳng bao giờ có thế. Nhất là ở đây sư tổ tôi nghiêm giới lắm. Sai một tí là cụ phạt ngay.

Ngọc phần thì đói, phần thì cơm chay lạ miệng nên ăn ngon lắm, nghĩ bụng. cứ bảo ở chùa ăn kham khổ nhưng dầu vừng cùng dưa, cà thì cũng chẳng kém gì thịt cá. Tự nhiên trong trí Ngọc nẩy ra cái ý tưởng muốn xa lánh chốn phồn hoa.

마당 밖에 달빛이 희미하게 드리워졌다. 벽돌로 된 보도 위 낮은 벽의 꽃 문양은 그림자를 늘여뜨려 바닥 위로 검은 꽃이 피어났다. 잎이 다 떨어진 밋 나무가 가지를 늘어뜨리고 무성한 우엉쪽으로 기울어졌다. 만물이 고요한 빛으로 물든 채 조용히 잠을 청했다.

Ngoài sân ánh trăng chiếu lờ mờ, rặng tường hoa lồng bóng xuống lối lát gạch, mấy cây đại không lá ẻo lả, uốn thân trong vườn sắn um tươi, vạn vật có vẻ dịu dàng như nhuộm màu thiền êm đềm tịch mịch.

Ⅱ

다음날 아침, 응옥은 한참 잠에 취해 있었다. 그때 절의 시끄러운 종소리가 잠을 깨웠다. 응옥은 놀라서 눈을 번쩍 뜨고 두리번거렸다. 처음에는 자신이 어디에 누워있는지 몰라 어리둥절했다. 목 스님이 받침대 위에 세숫대야를 받쳐 놓은 것을 보고 그제야 생각이 났다.

– 몇시지요, 스님?

– 인시를 지나 묘시로 가고 있어요.

응옥은 이 말을 듣고 미소를 지으며 파자마를 걸치고 툇마루로 나와 세수를 했다. 마당 앞의 밭에는 티 꽃 모양과 비슷한 우엉 잎에 맺힌 이슬방울이 반짝 빛나고 있었다.

언덕 기슭아래 안개 속에 은빛 시내 물줄기가 반짝거리며 흘러 내려갔다.

옷을 갈아입은 응옥은 서둘러 절에 올라갔다.

나무 평상 위에 질이 좋은 열대 지방의 돗자리가 깔려있었다. 주지 스님은 그 위에 앉아 작은 상 위에 큰 글씨로 적힌 책을 펴고 책 읽는 것에 집중하셨다.

주지스님은 오른손으로 문장의 끝을 알리는 듯 목탁을 두드리고 또 네 글자마다 한 번씩 목탁을 두드렸다. 주지스님은 왼손은 불경 위에 놓고 간혹 나무 막대를 들어서 둥근 질그릇 모양의 종을 쳤다.

Sáng hôm sau, Ngọc đương ngủ say tiếng chuông chùa inh ỏi đánh thức. Ngọc giật mình ngồi nhỏm dậy, mở choàng mắt, ngơ ngác không nhớ mình nằm ở đâu, thì thấy chú tiểu Mộc đã bưng lên thau nước trên chiếc ghế đẩu, Ngọc hỏi.

- Mấy giờ rồi chú?

- Thưa ông vào khoảng cuối giờ dần, sang đầu giờ mão.

Ngọc nghe nói mỉm cười, chàng súng sinh trong bộ quần áo "pi-da- ma" ra hiên rửa mặt. Trông ra vườn trước sân, các lá sắn hình hoa thị còn đọng giọt sương lóng lánh như hạt thủy xoàn.

Dưới chân đồi một dòng nước bạc thấp thoáng lượn khúc trong đám sương mù.

Mặc xong quần áo, Ngọc vội vàng lên chùa.

Trên chiếc bục gỗ, trải chiếu đậu, sư cụ ngồi tụng kinh, mắt đăm đăm nhìn thẳng vào quyển sách có chữ to đặt trên cái kỷ nhỏ gỗ mộc.

Tay phải sư cụ cầm dùi gõ mõ như để chấm câu, cứ đọc bốn chữ lại đánh một tiếng. Tay trái sư cụ đặt lên quyển kinh, thỉnh thoảng lại dời quyển sách nhấc chiếc dùi gõ một tiếng vào cái chuông con trông hình dáng như cái lon sành.

주지스님은 매우 지엄한 모습을 하고 계셨다. 마음과 정신을 모두 불경에 집중하고 다른 곳에 눈을 돌리지 않았다. 벽돌로 만든 좌상 위의 불상들은 마치 생각에 잠겨 묵상하며 주지스님의 불경을 귀를 기울여 듣는 듯 했다.

불경소리가 낭랑히 울려 퍼지고 향냄새가 향기로웠다. 응옥은 다른 세계에 와 있는 듯 여겨졌다. 서 있는 이곳이 꼭 신선의 세계 같다고 생각했다. 그때 갑자기 종소리가 나서 응옥은 놀라서 돌아보았다. 울려 퍼지는 종소리를 따라 좌편의 벽돌계단으로 다가가 사뿐사뿐 작은 종각으로 발걸음을 옮겼다. 상궁계단에 이르러 막 머리를 들었을 때 '염불'소리가 들리고 종소리가 났다. 눈을 들어보니 손에 나무망치를 쥔 란 스님이 보였다.

응옥을 보고 란은 뺨이 조금 붉어졌으나 그래도 미소 지으며 머리 숙여 인사를 했다. 어제 만난 두 사람은 벌써 친숙해진 듯 했다. 그러나 동자승 란은 곧 자신의 일에 몰두했다. 불경 한 구절 읽기를 마치고 나서 종을 한번 쳤다. 염불소리가 점점 빨라지고 종소리도 점점 빨라져서 종을 한번 치는 것이 더욱더 빈번히 계속 되었다.

응옥은 란 스님이 마지막 종을 치고 나무 망치를 종각에 내려놓을 때까지 십오분 정도를 서서 기다렸다가 엄숙하게 물었다.

– 꼭 그렇게 독경을 하고 나서 종을 쳐야 하나요?

란이 웃으며

– 종을 치고 신주를 읽어야 하는 거지요.

Sư cụ có vẻ tôn nghiêm lắm. Bao nhiêu tâm trí hình như thu cả vào quyển kinh, không hề thấy cụ liếc mắt ra chỗ khác. Các pho tượng ngồi trên bệ gạch thì như đang lắng tai nghe, có vẻ trầm tư mặc tưởng.

Tiếng kinh du dương, mùi trầm ngào ngạt, Ngọc tưởng tượng sống một thế giới khác, thế giới mộng ảo... thần tiên... Bỗng vẳng nghe một tiếng chuông, chàng giật mình ngoảnh lại. Theo tiếng ngân, chàng lần tới bậc gạch bên tả, rón rén lần từng bước lên cái gác vuông con. Tới bậc thượng cùng, vừa nhô đầu lên, chàng nghe có tiếng "đà Phật" lại kế tiếp một tiếng chuông. Ngước mắt nhìn, chàng gặp chú Lan tay cầm chiếc vồ gỗ.

Thấy Ngọc, chú hơi đỏ má, mỉm cười ngả đầu chào. Đôi bạn mới gặp nhau hôm qua, nay đã như có chiều thân mật. Song chú vẫn chăm chú vào phận sự. Cứ đọc một câu lại đánh một tiếng bớt, khi câu niệm chỉ còn ít chữ thì hai tiếng kế tiếp lại thêm gần nhau cho tới khi chú tiểu đổ hồi.

Ngọc cố chờ đến mười lăm phút cho chú tiểu đánh dứt hồi chuông cuối cùng đặt vồ xuống ván gác, rồi nghiêm trang hỏi rằng.

- Sao chú phải cầu kinh thế mới đánh được chuông?

Lan cười.

- Đánh chuông phải đọc thần chú chứ.

– 신주! 재미있네요.

– 즉 10구 염불, 3회의 종소리, 123자 불경소리입니다.

– 그렇게 기억하는 것도 어려운 일이겠네요.

– 외우지 않으면 안되지요.

– 3회 종소리, 123자의 불경소리. 아! 그래서 지금에야 비로소 3회가 끝나는군요. 스님의 첫 번째 종소리가 저를 깨웠어요. 한참 꿈을 꾸고 있었는데 아쉬웠어요.

란은 나지막이 물었다.

– 선생님, 좋은 꿈이였어요, 나쁜 꿈이였어요?

– 아주 재미있는 꿈이였어요. 제가 스님과 아주 비슷한 나이의 젊은 스님과 길을 가고 있었어요. 우리는 양쪽 고개 길 사이에 꼬불꼬불한 굽은 길 위를 가고 있었는데 나무가 무성하고 나뭇잎 새로 달빛이 밝게 비치고 달 그림자가 꽃처럼 땅위에 비쳤지요. 조금 후에 우리는 봉래선경에 갔어요. 한 봉우리 산 기슭아래 시냇물이 목탁소리처럼 탁탁 흐르고 가지 위에서는 새가 즐겁게 지저귀고, 내 옆에서는 누군가 하하 웃었지요. 내가 돌아보니 신기하게도 내 친구는 절세가인의 모습으로 변해있었어요. 바로 그때 스님의 종소리가 나를 깨웠습니다.

이야기를 들은 란은 수줍어하며,

– 선생님의 꿈은 오 나라의 머리에 초 나라의 몸으로 아주 허황된 꿈이군요!

– 정말 이상한 것은 그 아가씨가 바로 란 스님이었습니다.

- Thần chú! Hay nhỉ?

- Nghĩa là mười câu niệm Phật, ba hồi, một trăm hăm ba tiếng.

- Vậy nhớ được cũng khó lắm nhỉ?

- Phải học thuộc lòng chứ.

- Những ba hồi, một trăm hăm ba tiếng! Thảo nào mãi bây giờ mới dứt hồi. Tiếng chuông thứ nhất của chú làm tôi thức giấc. Tôi tiếc quá, vì đương nằm mơ giấc chiêm bao.

Lan dịu dàng hỏi.

- Thưa ông, chiêm bao lành hay dữ?

- Chiêm bao thú lắm. Tôi thấy tôi đi với một người sư trẻ tuổi, chỉ vào trạc tuổi chú mà thôi. Chúng tôi đi trên con đường quanh co ngoắt ngoéo, ở giữa hai trái đồi. Cây cối um tùm ánh trăng chiếu sáng qua những khe lá, bóng in xuống đất như gấm như hoa. Dưới chân một ngọn núi, dòng nước chảy róc rách như tiếng gõ mõ, trên cành chim hót véo von, bên mình ai cười khanh khách. Tôi quay đầu lại thì lạ quá, bạn tôi đã biến thành một trang tuyệt thế giai nhân... Ấy chính lúc đó, tiếng chuông của chú làm tôi thức giấc.

Chú Lan cười gượng, bẽn lẽn.

- Mộng mị của ông đầu Ngô, mình Sở đến buồn cười.

- Lạ thật là người con gái ấy lại, lại là chú.

란의 두 뺨이 붉어졌다. 무언가 부끄러운 것을 숨기려는 듯 과장되게 큰소리로 웃고 답했다.

– 나무아미타불. 출가수행을 결심한 사람이라면 남자나 여자나 똑같지 뭐 다를 게 있겠어요. 그러니 지금이라도 부처님께서 현묘한 법을 써서 이 소승을 잡아 아가씨로 만든다 해도 달라질 게 무엇이 있겠어요, 그렇지요? 저는 언젠가 주지스님께서 부처님의 이적에 대해 설명하셨던 것이 생각납니다.

부처님은 평생 여자, 부인들에 대해 의심을 품고 있었어요. 말씀하시기를 그들 무리는 수행을 온전하게 할 수 있는 자격도 부족할 뿐만 아니라 또한 성심으로 구도하고자 하는 사람들의 수도를 늘 방해만 한다고 하셨지요. 그래서 부처님께서는 제자들에게 여자들, 부인네들을 조심하여 대하고 그들과 거리를 두어야 하며, 정욕의 그물에 빠지지 않도록 막아야 한다고 말씀하셨습니다.

주지스님은 부처님의 도를 따라 우리에게 가르치시길 《여자들을 대할 때에는 나이가 많거나 같으면 자신의 어머니로 여기고 그들이 자신보다 나이가 어리면 자신의 친동생처럼 여겨야 한다. 그래야만 비로소 안심하고 그들의 마력으로부터 피할 수 있다.》고 하셨습니다.

저는 주지스님이 가르쳐 주시는대로 심신을 수련하고자 합니다. 그러니 저는 남자나 여자가 조금도 다를 바가 없다고 여깁니다. 그리고 제가 지금 만약 여자로 변한다고 해도 남자든 여자든 개의치 않아요.

단지 저는 출가 수행하는 사람일뿐이지요.

Chú tiểu hai má đỏ ửng. Chú cười sằng sặc như muốn giấu sự hổ thẹn, rồi đáp lại.

- Nam- mô- a- di- đà Phật! Kẻ đã quyết xuất gia tu hành thì trai cùng vậy mà gái cũng vậy, có khác chi. Vậy bây giờ giá đức Thích Già có dùng phép mầu nhiệm bắt tiểu này hóa ra làm gái, cũng không có chi thay đổi cả, kia mà. Tôi còn nhớ một hôm sư tổ giảng sự tích Phật, có dạy rằng.

"Phật bình sinh đối với bọn đàn bà, con gái vẫn có bụng nghi ngờ, cho rằng bọn họ không những không đủ tư cách để tu hành được trọn vẹn mà lại thường ngăn trở sự tu hành của những kẻ thành tâm mộ đạo. Cho nên ngài thường dạy các môn đồ đối đãi với đàn bà con gái rất cẩn thận, phải xa lánh họ và ra công ngăn ngừa cho khỏi mắc vào lưới dục tình..."

Sư tổ lại theo gương Phật mà dạy chúng tôi rằng. "đối với đàn bà con gái phải coi họ như mẹ mình nếu họ hơn tuổi, hay bằng tuổi coi như em ruột mình vậy lúc nào cũng phải yên tâm yên trí như thế mới mong tránh được sự cám dỗ".

Tôi đã hết sức luyện tâm trí tôi như lời sư tổ dạy, nên tôi coi đàn ông hay đàn bà không khác nhau chút nào nữa, và ví phỏng bây giờ tôi hóa ra làm gái, tôi cũng không biết tôi là trai hay gái, chỉ nhớ rằng mình là một người xuất gia tu hành mà thôi.

응옥은 란이 여자라고 의심을 하고 있었다. 그래서 그 뜻을 살펴보기 위해 꿈 이야기를 거짓으로 꾸며서 얘기해 봤던 것이다. 그런데 란이 일부러 자연스러운 목소리를 내려 애를 쓰고 부처님의 가르침을 끄집어내서 말하는 것을 보며 응옥의 의심은 더욱 커져만 갔다. 웃음을 머금고 응옥은 란에게 말했다.

– 스님이 계속 남자가 여자로 변하도록 기도하면 부처님께서 스님의 소원을 들어주셔서 정말 여자가 될 수도 있겠네요.

란은 깊이 생각하는 듯 하더니 갑자기 응옥에게 물었다.

– 이 세상에 관음시경이 있을 수 있을까요?

응옥이 모르는 체하며 다시 물었다.

– 시경이 누구지요, 스님?

– 선생님은 불도에 대해서는 전혀 모르시는군요. 그러면서 어떻게 수행을 하기 원한다 할 수 있겠어요! 시경은 관음으로 부처님께 출가하기 위해서 남장을 한 조선인이에요. 여자들 중에 누가 감히 그와 같이 남장을 할 용기가 있겠어요.

응옥은 서운한 빛을 띄며 반신반의하는 눈길로 그를 물끄러미 바라보았다. 란은 이미 계단을 내려가고 있었다.

– 스님, 내려가십니까?

– 예, 향을 피워야 해요.

Ngọc ngờ Lan là gái, nên bịa đặt ra câu chuyện chiêm bao để dò ý tứ. Khi nghe Lan cố lấy giọng tự nhiên diễn lại lời Phật dạy. Ngọc lại ngờ lắm. Chàng vừa cười vừa bảo chú tiểu.

- Chú cứ dốc lòng cầu nguyện được cải nam vi nữ đi, đức Thích Già sẽ chuẩn y cho sự ước vọng của chú được thành sự thực đấy.

Lan có vẻ ngẫm nghĩ, rồi đột nhiên hỏi Ngọc.

- Đời này có thể có Quan Âm Thị Kính không nhỉ?

Ngọc ngơ ngác hỏi .

- Thị Kính là ai thế, chú?

Lan mỉm cười.

- Vậy ra về đạo Phật ông kém cỏi lắm nhỉ? Thế mà muốn đi tu sao được. Bà Thị Kính tức Quan Âm, là một người Triều Tiên cải dạng nam trang để xuất gia đầu Phật… Chắc nay trong đám phụ nữ chả ai có gan dám cải dạng như thế.

Ngọc ngẩn người ra, nghĩ vơ nghĩ vẩn có ý buồn rầu, quay lại thì Lan đã bước xuống thang.

- Chú xuống đấy à?

- Vâng, tôi đi thắp hương.

III

응옥이 용강사에 머문지 벌써 열흘이 지났다.

란 스님에 대한 친밀한 감정은 날이 갈수록 더욱더 깊어져서 절의 주지 스님을 비롯해서 티엔씨, 호 아주머니에 이르기까지 두 사람을 의기투합하는 한 쌍의 지기로 알았다.

종각 위에서 동자승과 얘기한 날로부터 응옥의 의심은 나날이 커졌다. 머리 속에는 언제나 란에 대한 의문이 일었다.

– 여자일까, 남자일까?

그리고는 스스로 대답했다.

– 틀림없이 여자일거야. 스님의 불도에 관한 말들은 여자 쪽을 경멸하는 뜻이 있어.… 그러나 나도 역시 어리석었어. 만약 그가 여자라면 그는 더욱더 자신을 숨기기 위해 그렇게 해야만 했을지도… 맞다. 그렇다면 란은 여자일지도 모른다.

그 날, 응옥은 기쁜 마음으로 두 손을 뒷짐지고 오래 된 빽빽한 소나무 숲을 거닐었다.

– 나는 나 스스로 약속을 하고 열흘동안 이 비밀을 캐내야 한다.

그때 누군가 부르는 소리가 났다.

응옥이 돌아보니 한 노파가 새로 딴 차 바구니를 들고 빠른 걸음으로 다가왔다.

– 저를 부르셨습니까?

Ngọc nấn ná ở chùa Long Giáng đã mười hôm.

Tình thân mật đối với chú tiểu Lan một ngày một thêm khăng khít, đến nỗi cả chùa từ sư cụ cho chí ông Thiện, bà Hộ, đều biết rằng hai người là một cặp tri kỷ, ý hợp tâm đầu.

Từ hôm nói chuyện với chú tiểu ở trên gác chuông, mối hoài nghi của Ngọc càng tăng tiến. Luôn luôn trí nghĩ lúc nào cũng nhắc tới câu hỏi.

- Gái hay trai?

Hỏi rồi tự trả lời.

- Chả có lẽ là gái, những lời bàn về đạo Phật của chú tiểu có ý khinh bỉ cánh phụ nữ. Nhưng ta cũng ngốc tệ! Phải, nếu hắn là gái thì hắn càng cần phải làm thế để giấu ta chứ… Đích rồi! Chính hắn là gái.

Hôm ấy Ngọc thung thăng bách bộ ở dưới rặng thông, hai tay chắp sau lưng, trông càng có vẻ tư lự.

- Ta hẹn cho ta mười hôm nữa là cùng, phải tìm cho ra sự bí mật này.

Lúc ấy có tiếng ai gọi.

- Thầy phán!

Ngọc quay đầu lại. Một bà lão cắp rổ chè tươi rảo bước đi tới.

- Bà cụ gọi tôi?

– 선생님은 용강사에 있습니까?

– 네, 무슨 일이지요? 혹시 차를 파시려구요?

– 아니오. 란에게 다리 부러지기 전에 더이상 내 집 문간에서 어슬렁거리지 말라고 좀 전해주세요.

– 왜 그러십니까, 어르신?

노파는 얼굴을 찡그리며 화를 냈다.

– 수행을 하라고 했지 여자를 꼬시라고 했나…

– 잘못 보신 것 아니신지… 란은 절대 그럴 사람이 아닌데요.

– 틀림없습니다! 우리 집의 아이가 그를 만난 날부터 병이 나서 먹지도 않고 자지도 않아요.

응옥이 대답했다.

– 그건 란 스님의 잘못이 아니고 어르신의 따님에게 잘못이 있는 것이지요. 그렇게 무턱대고 사람에게 죄를 씌우면 되겠습니까, 어르신.

– 딸아이를 보고 그 스님이 살갑게 대하지 않았어도 그 지경이 되었겠수?

– 예, 알았습니다. 제가 가서 그렇게 전하지요.

노파는 그제야 비릿한 웃음을 머금었다.

– 예, 선생님께서 도와 주시오. 나는 그럼 이만 가오.

– 별말씀을요. 안녕히 가십시요.

응옥은 눈썹을 찡그리며 자신에게 반문했다.

– 이상하다. 아니, 그럼 정말 남자란 말인가? 그가 정말 남잔가? 내가 너무 소설적으로 상상해낸 걸까? 아, 돌아버리겠군.

- Thầy có phải ở chùa Long Giáng không?

- Phải, cụ muốn hỏi điều gì? Hay cụ muốn bán chè chăng?

- Tôi nhờ thầy bảo dùm chú Lan đừng lởn vởn đến nhà tôi nữa mà có ngày què chân.

- Sao vậy cụ?

Bà lão mặt hầm hầm tức giận.

- Ai lại đã tu hành còn ghẹo gái…

- Cụ lầm đấy? Chẳng khi nào chú Lan lại bậy thế.

- Chả khi nào? Con cháu nhà tôi từ ngày nó gặp chú ấy nó sinh ốm, sinh đau, mất ăn mất ngủ.

Ngọc cười.

- Thế thì lỗi ở cháu cụ chớ ở đâu chú Lan. Đừng ngờ cho người ta tội nghiệp, cụ ạ.

- Nếu nhìn nó, chú ấy không cười cợt nhí nhảnh thì đâu đến nỗi.

- Được, cụ để rồi tôi bảo chú ấy cho.

Bà lão vui vẻ cúi chào.

- Cám ơn thầy.

Ngọc chau mày lo lắng tự hỏi.

- Lạ nhỉ, có lẽ hắn là trai thực sự? Mà sao hắn không phải là trai? Có lẽ trí ta tiêm nhiễm tiểu thuyết quá, nghĩ quẩn mất rồi.

응옥은 땅을 보고 걸으면서 계속 생각했다. 갑자기 작은 길 쪽 차밭에서 쇅쇅 소리가 들려왔다. 발꿈치를 들고 울타리를 넘어 들여다보니 목 스님이 마른 나뭇가지를 묶고 있었다.

응옥은 스님께 인사를 했다.

– 아! 스님.

목 스님이 미처 답을 할 사이도 없이 그는 밭으로 들어갔다.

– 벌써 두 묶음이나 묶으셨군요. 대나무 끈을 가져다가 제가 하나 묶겠습니다.

– 괜찮아요. 제가 할게요. 옷 버리세요.

응옥은 목 스님을 머리끝부터 발끝까지 자세히 살펴보고 미소지었다. 목 스님은 얼굴을 들어 그가 웃는 영문도 모른 채 따라 웃었다. 응옥이 자기를 란과 비교하는 줄을 어찌 알겠는가. 한 사람은 거친 시골 사람, 한 사람은 희고 고운 사람. 응옥은 갑자기 물었다.

– 그런데, 저, 왜 그 스님 이름은 '란'이지요? 마치 여자이름 같습니다.

스님은 뜻을 설명하였다.

– 란은 주지스님이 지어준 이름이에요. 그의 본래 이름은 '턴'입니다.

– 왜 주지스님이 그에게 이름을 다시 바꾸어주셨나요? 턴이란 이름도 좋은데요.

– 수행을 하면 누구나 옛날 이름을 버리고 주지스님의 새 이름을 받습죠. 난초, 해바라기, 장미와 같은 꽃 종류의 이름들 중 선택을 합니다.

응옥은 속으로 생각했다.

Ngọc loay hoay ngẫm nghĩ vừa đi vừa nhìn xuống đất. Bỗng nghe có tiếng sột soạt ở trong vườn chè bên đường hẻm. Kiễng chân nhìn qua hàng rào thấy chú Mộc đương buộc bó cành khô.

Ngọc chào.

- Kìa chú tiểu.

Chú Mộc chưa kịp đáp lại, chàng đã lấy tay rẽ một lối bước vào trong vườn.

- Chú đã nhặt đủ hai ôm rồi à? Đưa lạt tôi bó giúp cho một bó.

- Thôi ông để mặc tôi, không bẩn áo.

Ngọc ngắm chú Mộc từ chân đến đầu mủm mỉm cười. Chú Mộc ngước mắt thấy chàng cười chẳng hiểu chi cũng cười, có biết đâu rằng Ngọc đang so sánh chú với chú Lan, một người thì quê mùa cục mịch, một người thì trắng trẻo xinh xắn, Ngọc thốt nhiên hỏi.

- Sao tên chú ấy lại là Lan nhỉ? Như tên con gái ấy.

Mộc giảng nghĩa.

- Lan là tên cụ đặt cho. Tên chú ấy chính là Thận kia.

- Sao cụ lại đổi tên chú ấy thế nhỉ? Tên Thận cũng hay chứ.

- Vì ai mới đi tu hành cũng phải bỏ tên cũ rồi sư tổ đặt cho một tên mới chọn cho các giống hoa, chẳng hạn là hoa Lan, hoa Quì, hoa Hồng…

Ngọc nghĩ thầm.

– 아무래도 내가 크게 착각한 것 같군. 나는 줄곧 란이 여자이기에 지어진 이름이라 생각했었는데 주지스님이 그렇게 지어주었다고 생각하니. 아! 정말 주지스님은 꼭 맞는 이름을 절묘하게 찾으셨군…

– 스님이 그에게 '란'이라는 이름을 준 것은 그 스님이 이른 봄에 절에 왔기 때문입니다.

응옥은 이야기를 끄집어 내려는 듯이.

– 어디선가 들으니 그 스님은 단정치 못하다고 하던데 그런가요?

– 아니요. 그렇지 않아요. 그는 아주 단아한 성품을 지녔죠. 불도에 심취해 있습니다.

응옥은 이상하게 생각하며 물었다.

– 스님은 란 스님과 같은 방에서 주무십니까?

– 아니요. 나는 절의 행랑방에서 자고 란 스님은 주지스님이 신임을 해서 창고 방을 쓰도록 했지요. 그래서 란 스님은 언제나 빗장이 꽉 잠긴 창고 방에서 잡니다. 한밤중에 깨울 일이 생기면 여간 힘이 들지 않습니다.

갑자기 응옥의 머리 속에 한줄기 의심이 일었다.

– 무슨 까닭으로 그렇게 조심하는 거지, 틀림없어! 틀림없이 그는 여자야.

응옥이 차밭에서 돌아올 때 모습이 처량했다. 절의 툇마루 기둥에 기대어서 하염없이 무언가를 응시했다. 언덕 아래, 절의 삼관의 문에서 바로 내려다보니 멀리 푸르른 대나무 숲이 몇몇 마을을 둘러싸고 있는 쪽으로 계속 구불구불한 붉은 흙 길이 나있었다. 길에는 곧장 뻗은 작은 시내가 햇빛에 반사되어 마치 긴 유리처럼 반짝이고 있었다.

- Ra ta lầm to, ta cứ tưởng Lan là tên con gái, té ra chỉ là một cái tên sư cụ đặt cho. Khen cho sư cụ cũng khéo tìm được cái tên xứng đáng…

Chú tiểu lại nói.

- Cụ đặt cho chú ấy cái tên Lan là vì chú ấy tới chùa về đầu mùa xuân.

Ngọc muốn gợi chuyện.

- Nghe đâu chú ấy không được đứng đắn thì phải.
- Không. Chú ấy đứng đắn lắm, mộ đạo lắm.

Ngọc mỉm cười hỏi vẩn vơ.

- Chú ngủ cùng buồng với chú Lan chứ?
- Không, tôi vẫn ngủ ở nhà. Còn chú ấy vì cụ tin yêu, giao giữ buồng kho, nên hôm nào cũng ngủ trong buồng kho, cài then kỹ lưỡng lắm. Nhiều hôm đêm khuya gọi lấy thức gì rất là khó khăn.

Một tia ngờ nảy trong trí Ngọc.

- Làm gì mà cẩn thận quá thế? Thôi, chắc là con gái rồi.

Ngọc ở nương chè về, dáng điệu buồn rầu, đứng tựa cột hiên chùa, nhìn vơ vẩn. Dưới chân đồi, thẳng cửa tam quan trông ra, con đường đất đỏ ngòng ngoèo đi tít về phía rặng tre xanh biếc, bao bọc mấy xóm xa xa. Bên đường, lạch nước phản chiếu ánh mặt trời lấp lánh như tấm kính dài.

응옥은 그 아름다운 경치를 보고 갑자기 그림을 그리고 싶은 충동에 휩싸였다. 옛날부터 그는 어디에 놀러가든지 수채화 물감과 종이를 늘 가지고 다녔기 때문에 그는 즉시 절의 행랑방에 가서 가방을 열고 화구를 가지고 올라가 그림을 그리기 시작했다.

한창 열심히 물감을 섞고 있을 때 등 뒤에서 쿡쿡 웃음소리가 들렸다. 무심결에 돌아본 응옥은 저도 모르게 탄성을 지르고 말았다. 란 스님이었다. 심심하던 차에 란 스님을 만나고보니 즐거워졌다. 그는 란 스님이 오랫동안 안 보이면 왠지 허전함을 느끼는 자신을 이해할 수 없었다. 그러나 별로 얘기할 사람이 없는 산골에서 대화가 통하는 두 사람이 빠르게 지기가 되는 것이 전혀 이상한 일만은 아니었다.

란 스님은 머리를 숙여 그림을 주의 깊게 보며 말했다.

– 선생님이 그린 다이 나무에는 왜 나무의 맨 윗부분이 없어요?

– 맨 윗부분은 필요 없지요.

– 그렇게 그리면 맞지 않아요.

응옥이 미소지으며

– 그러나 아주 가까이에서 어떻게 나무 전체를 다 볼 수 있습니까?

– 더 그리세요! 선생님 그림에는 사람이 없잖아요.

– 네, 저도 그렇게 생각합니다. 저는 지금 모델이 되어줄 사람을 찾고 있었지요. 스님이 저쪽에 서서 저의 모델이 되어주시지 않겠습니까?

– 계속 생각을 해서 그리실 수 없나요?

– 할 수는 있어요. 하지만 모습이 같을 수 없기 때문에 아름답지 않지요. 자, 스님! 잠깐만 다이 나무에 기대어 서주시겠어요?

– 네, 그러면 서지요. 그러나 선생님은 빨리 그려야 해요.

Cảnh đẹp bỗng gợi lòng thích hội họa của Ngọc. Xưa nay chàng đi chơi đâu cũng thường đem theo giấy cùng thuốc vẽ thủy họa. Chàng liền xuống nhà trai mở va- ly lấy các họa cụ lên ngồi vẽ.

Đương hý hoáy chọn màu, pha thuốc, nghe có tiếng cười khúc khích ở sau lưng, chàng quay lại thì là chú Lan. Ngọc đang buồn, gặp chú trong lòng lại thấy vui. Chàng cũng chẳng hiểu vì sao mà chàng vui, hễ cứ vắng chú lâu lâu thấy mình nhớ vơ, nhớ vẩn như thiếu cái gì mà không nhận ra. Song ở nơi hẻo lánh không mấy ai biết nói câu chuyện cho ra câu chuyện thì hai người có trí thức làm gì mà chả chóng thành một cặp tri kỷ. Cái đó cũng chẳng có chi là lạ.

Chú Lan nghiêng đầu ngắm nghía bức tranh rồi mỉm cười bình phẩm.

- Cây đại ông vẽ sao không có ngọn?
- Không cần có ngọn.
- Vẽ thế sai.

Ngọc mỉm cười.

- Nhưng gần quá thì trông sao đủ toàn thân cây được?
- Thêm vào chứ! Mà cảnh của ông không có người.
- Ấy tôi cũng biết thế, chính tôi đương muốn tìm một người đứng làm kiểu mẫu hộ. Hay chú ra đứng cho tôi vẽ nhé?
- Cứ nghĩ ra mà vẽ không được à?
- Cũng được, nhưng không đẹp, vì không giống như hệt dáng bộ... Đi, chú làm ơn ra đứng tựa gốc cây đại cho một lát.
- Vâng, thì ra. Nhưng ông vẽ mau lên nhé.

응옥은 양 허벅지 위에 종이를 단단히 놓고 연필을 쥐고 앉아서 이야기했다.

– 스님, 산들이 있는 서쪽을 바라봐 주세요. 됐어요, 스님 가만히, 예, 가만히 서 계세요.

약 15분 후에 응옥은 두 손으로 그림을 치켜들고 한 눈을 감고 본 후 미소를 지었다.

– 다 됐어요. 감사합니다, 스님.

란은 응옥이 앉아있는 곳 가까이에 서둘러 와서 얼른 그림을 보았다. 그순간 란은 소스라치게 놀라고 말았다.

– 아이고! 어떻게 제가 처녀처럼 '아오 뜨 턴'옷을 입은 것으로 그리셨어요?

– 이상할 것 없습니다. 저는 단지 예쁜 아가씨를 그리기 위해서 스님을 모델로 빌린 것뿐이니까요.

란 스님은 만족하지 못한 표정으로 고개를 저으며 돌아가려했다. 응옥이 서둘러 다시 그를 불렀다.

– 스님, 스님, 저에게 화나셨습니까?

스님은 냉랭하게 대답했다.

– 선생님, 선생님은 저를 너무 경멸하셨어요. 이번이 몇 번째인지 몰라요. 선생님은 저를 마치 여인처럼 여기고 조롱했어요.

– 제가 어찌 감히 스님을 조롱하지요? 단지 스님이 너무 고우시기에 매번 생각이 짧았습니다. 의도하지 않았는데 제가 스님께 큰 실례를 범했군요. 스님을 조롱할 뜻은 전혀 없었습니다. 단지 옛 전통민화를 그리고 싶었을 뿐입니다.

Ngọc đặt cái bìa cứng lên hai đùi, cầm bút chì ngồi nghĩ ngợi.

- Chú nhìn ngang về phía rặng đồi bên tả. Được đấy. Chú đứng yên cho.

Độ mười lăm phút sau, Ngọc hai tay cầm giơ bức tranh, nhắm một mắt lại ngắm nghía, rồi mủm mỉm cười.

- Xong rồi, cảm ơn chú.

Lan vội vàng bước lại gần ngưỡng cửa chỗ Ngọc ngồi. Thoạt nhìn chú kinh ngạc.

- Chết! sao lại vẽ tôi mặc áo tứ thân như con gái thế?

- Không hề chi. Tôi chỉ mượn chú làm mẫu để vẽ một người con gái mà thôi.

Chú Lan có dáng không bằng lòng, nguây nguẩy quay đi. Ngọc vội gọi giật lại.

- Này chú, chú giận tôi đấy à?

Lạnh lùng, chú tiểu đáp.

- Ông khinh tôi quá. Lần này không biết là lần thứ mấy, ông chế giễu tôi, ông coi tôi là một người con gái.

- Không phải là tôi dám khinh chú. Chỉ vì chú đẹp trai lắm kia. Mọi lần thì tôi không nhớ nhưng lần này thì tôi xin lỗi chú, quả thật tôi không chú ý chế giễu chú, tôi muốn vẽ một bức tranh cổ tích.

란 스님은 비록 화가 나긴 했지만 웃음이 나오는 것을 참을 수 없어 시선을 옮겨 그가 서 있는 곳을 바라보았다.

– 민화에 왜 제 모습이 필요하지요?

– 네, 스님을 아가씨로 그린 것은… 바로 제가 인종 임금 때 출가해서 부처님의 도를 따른 공주님의 사적을 그림으로 그리고 싶었기 때문입니다. 왜 전날 스님께서 저에게 말씀해 주시지 않았습니까?

– 아, 그렇군요.

– 스님 여기 이 그림 좀 보십시오. 공주가 절에 막 와서 오래된 다이나무 아래 기대서서 탕롱(하노이)쪽을 바라보고 황후와 부왕을 생각하며 슬퍼서 뺨 위로 눈물을 흘린다.…

– 그렇다면 선생님은 잘못 그리셨어요. 공주가 수도하기로 결정하고 절에 와서는 바로 즐겁게 불도를 수행했거든요.

– 실제 얘기는 그래요. 그러나 저는 공주가 부모님이 보고싶고 걱정이 되어서 수도로 돌아갈까, 아니면 그냥 절에 머무르며 수행을 하여 득도를 할까, 이렇게 저렇게 생각하는 그 당시 공주의 심정을 나타내고 싶었을 뿐입니다.

란은 미소를 지었다. 응옥은 란이 웃는 것을 보고 따라 웃으며 말했다.

– 그때 절의 종소리가 공주의 속세의 영혼을 털어내듯, 혼돈스러운 머리속을 일깨우려는 듯 울려 퍼진 것이지요.

Chú Lan tuy giận nhưng cũng không nhịn được, bật cười.

- Tranh cổ tích mà cần gì lại phải có hình tôi.
- Ấy thế mới vẽ chú ra một người con gái. Chính tôi muốn thuật lại bằng nét bút, sự tích bà công chúa đời đức Nhân Tôn xuất gia đầu Phật, câu chuyện chú kể cho nghe bữa nọ ấy mà.
- À ra thế!
- Đây chú coi. công chúa vừa tới chùa đứng tựa gốc đại già, nhìn về phía Thăng Long nghĩ tới đức vua cha cùng hoàng hậu, rầu rầu giọt lệ rơi trên má.
- Thế thì ông vẽ sai rồi. Công chúa quả quyết đi tu, mới tới chùa là vui đạo Phật ngay.
- Chuyện thực vẫn là thế. Nhưng tôi muốn tả cái tâm tình công chúa lúc bấy giờ đương phân vân, nửa muốn quay về nơi đế đô vì sợ cha mẹ nhớ thương, nửa muốn ở lại mà tu thành quả phúc.

Lan mỉm cười. Ngọc thấy Lan cũng cười theo rồi nói luôn.

- Lúc bấy giờ có tiếng chuông chùa ngân nga như đánh tỉnh cơn mê, như để gột rửa linh hồn trần tục của công chúa…

란은 다시 웃었다.

– 선생님은 절의 종소리를 어떻게 그리셨어요?

– 그릴 수 있습니다. 즉 공주의 모습을 통해서 말이지요. 생각에 잠겼던 눈을 들어 하늘을 보며 마치 기도를 드리듯 절의 종소리를 듣고 부처님께 구도하며 해탈을 구하는 그 모습 말입니다.

– 만약 선생님이 그렇게 그리신 것이면 정말 잘 그리셨군요. 공주가 '아오 뜨 턴'을 입은 것으로 그리신 것은 불교의 사적에 따라 부처님이 궁전을 떠나 올 때 왕자의 옷을 벗어버리고 화상이 입은 가사 옷을 입은 것을 따라 한 것이지요?

응옥은 비록 불교의 사적은 이해하지 못했으나 그냥 대답했다.

– 아, 네……네, 맞아요.

한동안 두 사람은 절의 툇마루 위에 조용히 앉아 서로 각각 다른 생각에 잠겼다.

동남쪽의 나지막한 산은 서녘으로 넘어가는 햇빛에 반사되어 오렌지빛으로 물들었다. 연한 하늘 바탕에 몇몇 분홍빛 구름들이 떠 있었다. 황금빛으로 익은 벼의 들판 위에 흰 황새가 서쪽으로 날아오르며 날개를 접었다 폈다 했다. 쉼없이 퍼득이는 양 날개 위로 햇빛이 반짝였다. 낡은 벽돌집 한 채가 검은 구름들 사이로 숨고, 좁은 길 위에는 물소를 타고 가는 목동들이 몇 마디씩 끊어지는 노래를 부르며 마을로 돌아갔다.

Lan lại cười.

- Ông vẽ sao được tiếng chuông?
- Vẽ được. Nghĩa là vẽ công chúa, con mắt lờ đờ ngước nhìn trời như đương nghe chuông chùa mà cầu khấn đức Thích Già Mầu Ni xin ngài cứu vớt cho được thoát chốn trầm luân.
- Nếu ông vẽ được thế thì khéo lắm. Còn vẽ công chúa mặc áo tứ thân thì chắc ông theo sự tích Phật khi đã rời bỏ cung điện liền cởi bỏ bộ áo gấm đổi lấy áo cà sa của một vị hòa thượng.

Ngọc tuy không hiểu sự tích Phật cũng trả lời liều.

- Ấy chính thế.

Một lúc lâu, hai người ngồi lặng trên thềm hiên chùa, mỗi người như đương theo đuổi một ý nghĩ riêng.

Về phía đông nam mấy trái đồi phản chiếu ánh chiều tà nhuộm một màu da cam. Da trời xanh lơ thơ mấy đám mây hồng. In trên cánh đồng lúa chín màu vàng thẫm, con cò trắng thong thả bay về phía tây, đôi cánh lờ đờ cất lên đáp xuống loang loáng ánh mặt trời. Bên chiếc quán gạch cũ ẩn núp với đám cây đen, trên con đường hẻm, vài ba đứa mục đồng cưỡi trâu hát nghêu ngao trở về trong xóm.

응옥은 소리 높여 란을 불렀다.

– 이와 같은 풍경 속에서 저는 무엇인가 한 가지가 부족하다고 여겨집니다.

– 그것은 선생님의 상상일 뿐입니다.

– 맞아요. 저렇게 아름답고 고요하고 사랑스러운 풍경을 보고 저는 여전히 영혼이 없는 듯이 여기고 있어요. 마치 아까 스님이 제 그림에 사람의 모습이 없어서 생동감이 부족하다고 놀리고 제 그림을 평한 것처럼 말입니다.

란은 웃으며 물었다.

– 그럼 무엇이 부족하지요?

– 사랑……사랑이 부족합니다. 이 아름답고 조용한 풍경이 있기 때문에 조물주는 사람들이 아름다움을 감상할 줄 알게 했겠지요.

란이 냉담하게 대답했다.

– 아닙니다. 종소리가 없어요. 종을 칠 시간이 되었는데 제가 깜박 잊을 뻔했네요.

말이 끝나자마자 란은 서둘러서 머리를 숙이고 달려갔다.

응옥이 불렀다.

– 잠깐 기다리세요!

그리고 역시 뒤를 쫓아 달렸다.

종각 계단입구에 이르렀을 때 갑자기 란이 큰 소리를 치고 뒷걸음질을 쳤다. 응옥이 발을 내딛었을 때 란은 곧바로 그에게로 쓰러졌다. 응옥은 친구를 안고 두 눈을 조금 감았다.

– 왜 그래요? 무슨 일이에요?

Ngọc cất tiếng sẽ bảo Lan.

- Trông cảnh này tôi tưởng tượng như còn thiếu một thứ gì?

- Ấy là ông tưởng tượng đó thôi.

- Phải. Cái cảnh đẹp thế kia, êm đềm thế kia tôi coi vẫn như không có linh hồn. Cũng như lúc nãy chú bình phẩm bức tranh của tôi, chê rằng thiếu vẻ hoạt động vì không có vẽ người…

Lan cười hỏi.

- Vậy thiếu cái gì?

- Thiếu ái tình… Vì cảnh im lặng, diễm lệ này, tạo hóa chỉ để riêng cho những người biết yêu thưởng thức.

Lãnh đạm. Lan trả lời.

- Không phải. Thiếu tiếng chuông, vì đến giờ thỉnh chuông rồi mà tí nữa tôi quên bẵng.

Dứt lời, Lan vội vàng quay đầu chạy.

Ngọc gọi.

- Đợi tôi với.

Rồi cũng chạy theo sau.

Khi lên tới đầu thang gác chuông, bỗng Lan kêu rú lên một tiếng, lùi lại thì Ngọc vừa bước tới, thành thử Lan ngã ngay vào lòng chàng. Ngọc vừa ôm bạn, lim dim cặp mắt vừa hỏi.

- Cái gì thế?

그 물음은 마치 스님의 영혼을 일깨우는 듯 했다. 그제야 눈을 뜬 동자승은 깜짝 놀라서 응옥을 세게 밀쳐냈다. 그리곤 계단 밑으로 급히 달려갔다. 란의 뒷모습을 바라보다 넋을 놓았던 응옥은 뒤늦게 따라 내려갔다.

– 왜 그러십니까? 무슨 일이…….

란은 계단 층계아래 앉아서 숨을 급히 쉬며 소리도 내지 못하고 말했다.

– 뱀… 뱀이에요!

응옥은 어리둥절했다.

– 뱀이라고요? 스님은 어디에서 봤어요? 커요, 작아요?

란은 얼굴이 닭의 목 자르는 것을 본 도회지 처녀처럼 창백해졌다. 그러나 다시 침착함을 되찾고 애써 웃으려고 하며 답을 했다.

– 큰 젓가락만 해요. 그리고 등위에 둥근 꽃무늬가 있어요. 아휴! 정말 무서워요.

– 스님, 그 뱀은 나한테 맡기세요.

응옥은 도구를 찾으러 갔다. 몇 분 후에 그는 날카로운 긴 막대를 하나 가지고 왔다. 란은 몹시 놀라서 떠듬떠듬 말을 꺼냈다.

– 뱀을 죽이지 마세요. 벌을 받아요. 절에서는 살생을 할 수 없어요.

– 그렇지만 뱀이 사람을 물면 뱀도 죄를 받아야지요.

그러면서 그는 흥분해서 계단 위로 달려갔다. 그가 뱀이 있던 곳으로 가까이 갔을 때 란은 응옥의 얼굴을 보며 걱정했다.

– 선생님이 서서 뱀이 어디에 있는지 찾아보다가 불행하게도 뱀을 밟으면 뱀에 물려 위험하게 될 거예요.

Câu hỏi như đánh thức linh hồn chú tiểu. Chú giật mình ẩy mạnh Ngọc ra rồi chạy tuột xuống chân thang. Ngọc chạy theo xuống.

- Cái gì mà chú hãi quá thế?

Lan thở hồng hộc ngồi xệp xuống bậc thang, nói không ra tiếng.

- Con… rắn!

Ngọc ngơ ngác.

- Con rắn à? Chú trông thấy ở đâu? To hay bé?

Lan, mặt con tái như cắt tiết, nhưng đã lại hồn, mỉm cười gượng trả lời.

- Bằng cái đũa cả ấy. Nó có đốm hoa.. giời ơi! Hú vía!

- Được, chú để nó đấy cho tôi.

Ngọc quay đi tìm khí giới. Mấy phút sau, chàng trở lại đem theo một cây đòn sóc. Lan đã hết sợ, ngăn lại.

- Thôi ông đừng đánh nó phải tội. Ở nhà chùa không được sát sinh.

- Thế nó cắn mình thì nó phải tội không?

Vừa nói chàng vừa xăm xăm chạy lên thang, khi gần tới nơi, Lan ngửa mặt trông lên có nhiều lo lắng vội gọi giật lại.

- Ông hãy đứng lại nhìn qua xem nó nằm ở chỗ nào đã chẳng nhỡ vô ý giẫm phải nó, nó cắn thì khốn.

응옥은 말을 듣고 발뒤꿈치를 들고 조심조심 둘러보고 머리를 숙여 스님을 불렀다.

– 란 스님! 올라와요. 뱀은 도망갔어요. 어디에도 보이지 않아요.

그는 한 발자국씩 조심스럽게 떼면서 다시 한번 종각 구석구석을 살펴보았다. 란도 역시 따라와서 아직 두려움이 가시지 않은 채로 주변을 둘러보았다.

– 이제 스님은 안심하고 염불하고 종을 치세요. 뱀이 다시 나타나면 제가 맡아서 싸울게요.

그의 과장된 말에 두 사람은 한바탕 웃었다.

그리고 나서 란은 종을 치기 시작했다. 그리고 응옥은 날카로운 막대를 벽에 기대어 세워놓고 팔짱을 끼고 서서 가슴을 펴고 자신에게 보호를 청하는 한 약한 사람을 방어한 것이 대견한 듯 자신에 차 있었다.

그 날 밤 응옥은 대나무 침대 위에서 계속 이리저리 뒤척이며 의문과 의심의 마음을 품고 한숨도 자지 못했다.

스님이 뱀이 있다고 두려움에 떨며 응옥에게 안겼을 때 응옥은 평소와 다른 느낌을 받았다. 가슴 속에서 무언가 뭉클한 것이 지금도 가슴 한 켠에 여전히 도사리고 있는 듯했다. 응옥은 손을 들어 자신의 가슴에 대면서 자신에게 반문했다.

'그 전에 친구들과 놀다가 그렇게 안았을 때 나는 왜 심장이 두근거리는 것을 느끼지 못했을까?… 아 맞다. 단지 내가 란 스님을 여자로 생각했기 때문일 것이다.'

Ngọc nghe lời, đứng kiễng chân nhìn, khắp một lượt rồi cúi xuống gọi.

- Chú Lan! Cứ lên! Nó chạy rồi, không thấy nữa.

Chàng rón rén bước lên rồi xem xét lại một lượt khắp các xó gác chuông. chú Lan cũng đã tới, nhớn nhác nhìn chung quanh như chưa hết sợ.

- Bây giờ thì cứ yên tâm mà niệm Phật thỉnh chuông. Rắn có trở lại đã có tôi tiếp chiến.

Câu nói khôi hài khiến hai người cười ồ.

Rồi Lan bắt đầu thỉnh chuông. Còn Ngọc thì chống cây đòn sóc tựa vào tường, đứng khoanh tay, phưỡn ngực hút thuốc lá, trông ra dáng một tay hào hiệp và có vẻ tự đắc rằng ta bệnh vực được một người yếu đuối và họ đã sẵn lòng ký thác sự bảo hộ cho mình.

Đêm hôm ấy, Ngọc trằn trọc loay hoay trên chiếc giường tre không sao ngủ được.

Trong lòng nghĩ vẩn nghĩ vơ vì lúc chú tiểu sợ hãi ôm chầm lấy Ngọc, Ngọc thấy có cảm tưởng khác thường. Cái cảm tưởng ấy vẫn còn man mác ở trong lòng. Ngọc tự hỏi.

“Sao khi anh em bạn ta đùa ôm ta như thế, ta không thấy trái tim ta hồi hộp? À phải rồi, chỉ vì ta yên trí rằng chú Lan là con gái”

갑자기 웃음이 터져나와 큰소리로 웃고 말았다. 적막한 한밤중에 응옥은 고요함을 깨뜨리는 자신의 웃음소리에 스스로도 흠칫 놀라서 무서움을 느꼈다.

눈을 감고 있어도 잠을 이룰 수 없었다. 응옥은 일어서서 옷을 입고 툇마루 밖으로 나갔다. 그 날 밤은 절기가 하순에 접어들어 막 솟아오른 달은 마치 산꼭대기에 거꾸로 걸린 물소뿔 같았다. 역시 그믐달이었다. 응옥의 머리 속에 초승달은 친밀하고 사랑스럽게 보였지만, 그믐달은 차고 슬픈 듯 여겨졌다.

응옥은 절의 행랑 앞을 수없이 거닐었다. 그러나 란이 자는 곳인 창고에 이르렀을 때 무엇인가 알 수 없는 힘이 그를 잡아 이끄는 듯 했다. 그는 발걸음을 멈추고 서서 귀를 기울여 들었다. 아무 소리도 나지 않았다.

응옥은 방문 앞에 뺨을 대보았다. 그때 갑자기 방문이 활짝 열렸다. 하마터면 응옥은 앞으로 고꾸라져 넘어질 뻔했다. 창고 안에는 아무도 없었다. 응옥은 그 안을 한 번 둘러보았다. 그리고 생각했다.

– 이상하다. 스님이 어디를 갔을까? 그래, 천천히 걸어다니고 있으면 스님이 곧 돌아오겠지.

다른 쪽 툇마루 끝 앞에 이르렀을 때 응옥은 위의 절을 올려다보았다. 창문 틈으로 빨리 지나가는 물체가 얼핏 보였다. 응옥이 다가가서 문을 가볍게 밀치고 들어섰다.

절 안은 조금 어두웠다. 불상 위의 등잔에는 땅콩기름이 아주 희미한 불빛을 내며 타고 있었다. 하나의 검은 그림자와 더불어 타들어가는 한 묶음의 향이 피어오르고 있었다.

Ngọc bỗng bật cười, cười sằng sặc. Đêm khuya thanh vắng, trừ tiếng dế không còn một tiếng gì khác nữa, thành thử Ngọc tự nghe tiếng cười của mình thấy khanh khách ở giữa khoảng im lặng thì giật mình ghê sợ.

Nằm mãi không ngủ được, Ngọc liền dậy mặc quần áo đi bách bộ ngoài hiên. Hôm ấy vào hạ tuần, trăng vừa mọc, trông như cặp sừng trâu treo ngược ở trên đỉnh đồi. Cũng là trăng khuyết nhưng đối với trí tưởng tượng của Ngọc thì trăng thượng tuần trông dịu dàng âu yếm. mà trăng hạ tuần trông lạnh lẽo tẻ ngắt.

Ngọc đi đi lại lại không biết bao nhiêu lượt trên hiên nhà trai. Khi tới phòng chứa là chỗ chú Lan ngủ thì như có sức mạnh thiêng liêng gì giữ chàng lại. Chàng dừng bước đứng lắng tai nghe, nhưng không có tiếng gì lạ, lại đi.

Một lần, Ngọc áp má vào cánh cửa buồng định nghe. Bỗng cánh cửa mở tung ra. Ngọc tí nữa té nhào. Thì ra buồng kho không có ai. Ngọc đứng nhìn quanh khắp một lượt nghĩ thầm.

- Quái? Chú này đêm khuya đi đâu thế? Được, ta cứ thung thăng bách bộ, thế nào hắn cũng trở về buồng.

Khi đến đầu hiên bên kia Ngọc trông lên chùa trên, nhác thấy chỗ khe cửa tò vò có một vật đen vụt đi qua, liền lần tới, se sẽ đẩy cửa bước vào.

Trong chùa tối om. Trên bàn thờ, chiếc đèn dầu lạc lờ mờ chiếu ánh sáng. Một cái bóng đen đương cầm bó hương châm ở ngọn đèn.

응옥이 짚으로 엮은 신발을 벗고 살그머니 다가가보니 란 스님이 그릇에 향을 피우고 있었다. 향을 피우고는 나무 평상에 무릎을 꿇고 손을 모으고 아주 작은 목소리로 기도하고 있었다. 응옥은 바로 옆 기둥 뒤에 숨었지만 란의 기도소리는 들리지 않았다. 단지 간혹 몇 마디 말이 응옥의 귀에 들려올 뿐이었다. 대개 '제자를 보살피소서…심신을 지키고… 속세로부터 멀리 떠나도록…'라는 내용이었다. 특히 이상한 것은 응옥이 듣기에 란이 자신의 이름을 다른 사람의 이름과 연결해서 부르는 것이었는데, 그 이름은 '티'인 것 같았다.

응옥은 즉시 숨은 곳에서 나가 스님의 어깨를 치려고 했다. 그러나 그때 란의 머리와 마음은 기도로 심취해 있어서 응옥이 가까이 다가간 것을 알지 못했다. 그래서 그가 바로 등 뒤에 서 있었는데도 란 스님은 여전히 모르는 듯 했다. 응옥은 스님의 무서운 한마디 기도소리를 듣고 갑자기 몹시 두려워 놀랐다. '제자는 이미 마음을 다 바쳐서 불도를 믿고 있습니다. 이제껏 의심치 않았으나 속세의 마음을 여전히 깨끗이 씻지 못하였음을 알았습니다. 그러나 제자는 자비하신 부처님 앞에서 맹세를 합니다.…'

거기까지 듣고 응옥은 한 발자국씩 문 쪽으로 물러나 조용히 나왔다.

Ngọc trụt giầy rơm, rón rén lại gần thì thấy chú Lan cắm hương vào bát nhang rồi ra quỳ trên chiếc bục gỗ, chắp tay cầu khấn, tụng niệm. Ngọc tuy núp sau cái cột ngang bên cạnh, nhưng vì Lan khấn khứa nhỏ quá không nghe rõ, chỉ thỉnh thoảng lọt vào tai Ngọc những mẩu câu, đại khái "Phù hộ cho đệ tử… có đủ nghị lực… xa chốn trầm luân.." Lạ nhất là luôn luôn Ngọc nghe rõ Lan khấn đến tên mình đi liền với một tên khác hình như Thi thì phải.

Ngọc liền ở chỗ núp đi ra, định đến gần vỗ vai chú tiểu, nhưng chú tâm trí để cả vào sự tụng niệm không biết Ngọc lại gần, thành thử chàng đứng liền ngay sau lưng mà chú vẫn không ngờ. Ngọc bỗng giật mình kinh sợ vì nghe chú tiểu khấn một câu ghê gớm. 'Đệ tử đã dốc lòng tin mộ đạo, không ngờ nay mới biết lòng trần tục vẫn chưa rũ sạch. Nhưng đệ tử xin thề ở trước đức Từ bi…'

Nghe tới đó, Ngọc rón rén lui về phía cửa rồi lẳng lặng bước ra.

Ⅳ

다음 날 아침, 용강사에 오는 사람, 가는 사람 모두 분주하게 바쁜 모습이다.

절의 행랑과 마주하고 있는 바깥채에 호씨와 서너명의 일을 도우러 온 마을 사람들이 긴 책상을 나르고 있고 및 나뭇잎을 쓸고 있는 사람, 오안떡(제단 위에 놓는 찹쌀로 만든 떡)을 찍어내며 딱딱 소리를 내는 사람이 있었다. 조금 후에는 종이로 만든 코끼리, 말 인형 등의 모자를 쓴 사람들이 보였다.

응옥은 또한 그 광경들을 보았지만 눈여겨보지 않았다. 그는 어젯밤 일이 궁금해 참을 수가 없었기 때문이다. 다만 비밀리에 란을 찾기 위해 분주히 돌아다녔다.

그가 대웅전에 올라가자 먼지털이개를 들고 불상 위의 먼지를 털고 있는 란을 볼 수 있었다. 목 스님은 등을 구부리고 촛대와 향병, 꽃병 등을 부지런히 닦아 냈다. 응옥은 슬그머니 다가가서 물었다.

– 절에 무슨 일이 있길래 이렇게 다들 분주하신지요?

목 스님이 돌아보며 대답했다.

– 오늘부터 한씨의 망령을 위한 제가 있습니다.

– 어쩐지… 그래서 대웅전에 그렇게 종이로 만든 코끼리, 말 등이 많았군요.

Sáng hôm sau trong chùa Long Giáng kẻ tới, người lui có vẻ tấp nập nhộn nhịp.

Dưới nhà ngang đối diện với nhà trai, ông Hộ cùng ba bốn người làng đến giúp việc đứng bên chiếc bàn dài, kẻ lau lá mít, kẻ đóng oản, tiếng kên chí chát. Chốc chốc lại thấy có người đội voi giấy, ngựa giấy cùng những hình nhân tới.

Ngọc tuy lần đầu được mục kích quang cảnh ấy ở chùa, nhưng cũng chẳng lưu ý tới. Lòng chàng đương băn khoăn về câu chuyện tối hôm trước, nên ngơ ngác chàng đi tìm Lan để dò cho ra sự bí mật.

Lên trên chùa, chàng gặp chú Lan đương cầm phất trần phẩy bụi cho pho tượng, còn chú Mộc thì lúi húi lau các cây đèn nến cùng bình hương, ống hoa. Ngọc lại gần hỏi.

- Chùa ta sắp có việc gì mà có vẻ náo nhiệt thế?

Chú Mộc quay lại trả lời.

- Hôm nay bắt đầu làm chay cho vong linh ông Hàn.

- Thảo nào ở nhà tổ thấy nhiều đồ mã thế.

목 스님과 대화를 나누었지만 응옥의 모든 정신은 란에게 쏠려 있어서 란과 자기만이 이곳에 남게 되도록 목 스님이 나가주길 바랬다. 한동안 조용히 있은 후에 그는 무의식중에 목 스님에게 물었다.

– 스님은 오안을 찍는 일을 도우러 내려가지 않나요?

– 내 일이 아니지.

반말의 대답은 응옥의 마음을 어렵게 했다. 다행스럽게도 란 스님은 그의 마음을 알아챈 듯 갑자기 목 스님에게 대웅전에 달려가서 주지스님이 시키는 일이 있는지 없는지 가보라고 하였다. 두 사람이 이 절에서 아침부터 지금까지 계속 일을 했으니 주지가 찾을 법도 했기 때문이었다. 뒷전에 물러나 이런 광경을 보고만 있던 응옥은 속으로 생각했다. '아무 생각 없이 저런 행동을 했을까? 아니면 나와 함께 있으려 그런 것일까'

그러나 비록 원하는대로 되었지만 무엇을 물어야 할지 몰랐다. 정말 이상하다. 전에 그가 여자라는 의심이 들었을 때는 그의 앞에서 자연스럽게 말하고 행동했었다. 그런데 그가 여자라는 것을 확신하고 난 지금 그를 대하는게 왜 수줍고 부끄러운 걸까. 이러한 생각들로 응옥은 자신도 모르게 얼굴을 붉히고 말았다.

응옥은 미소를 짓고 기쁜 마음에 그와 대화할 방도를 찾고 있었다. 갑자기 나막신 끄는 소리가 나서 돌아보니 주지스님이 가까이 와서 웃으며 응옥에게 말했다.

– 이곳에 쉬려고 왔으니 조용해야 할텐데 제가 있어서 너에게 폐가 되겠구나.

Ngọc tuy cũng hỏi, cũng nói cho qua quít, chứ bao tinh thần đều chăm chú cả vào chú Lan, chỉ mong được dịp ở lại một mình với chú mà thôi. Đứng một lát lâu, chàng vơ vẩn hỏi.

- Chú không xuống nhà giúp việc đóng oản à?

- Không phải việc của tôi.

Câu trả lời cộc lốc của Mộc khiến Ngọc bẽn lẽn đứng im thin thít. May sao chú Lan như giúp lòng nguyện vọng của chàng, bỗng chú bảo chú Mộc chạy qua xuống nhà tổ xem sư cụ có truyền gì không, vì hai người cắm cúi suốt từ sáng sớm đến giờ ở trên chùa. Ngọc nghĩ thầm. "Hắn vô tình hay hắn muốn ở một mình với ta?"

Song tuy được như lòng ước mong mà cũng chả biết hỏi câu gì? Quái lạ, trước chàng mới ngờ bạn là gái thì đứng trước mặt bạn, cử chỉ ngôn ngữ còn được tự nhiên. Nay đoán chắc bạn là gái rồi thì lại thấy mình bẽn lẽn ngượng nghịu. Có lẽ đó là cái tính rút rát của con người có giáo dục, có lương tâm. Hay chính là ái tình?

Ngọc mủm mỉm cười một mình, trong lòng lấy làm sung sướng, đương định tìm cách khai mào câu chuyện, bỗng có tiếng guốc lộp cộp. Ngoảnh lại sư cụ đã đến gần. Sư cụ cười bảo Ngọc.

- Cháu lên đây để nghỉ ngơi cần được yên tĩnh mà gặp tuần chay thế này chắc phiền cho cháu lắm nhỉ?

– 큰스님, 그렇지 않아요. 오히려 제가 절에 있어서 스님께 폐를 끼치고 여러 작은스님께도 괴롭게 해 드렸지요. 이제 여기 온 지도 반달이 넘어서 저는 스님께 내일 하노이로 돌아 갈 것을 허락 받고자 합니다.

응옥은 말을 하면서 란이 기쁜 낯인지 슬픈 낯인지 살펴보았으나 여전히 란은 태연하게 서서 먼지털이개를 잡고 먼지를 털면서 자신에게 관심을 두지 않았다.

주지스님은 잠깐 생각을 하고 나서 대답했다.

– 만약 네가 종과 북 소리가 시끄러워서 그런거라면 내가 더이상 잡을 수가 없지.

– 큰스님, 그런 것은 아닙니다.

– 혹시 너는 공부에 필요한 일이 있어서 걱정하는 거니? 만일 그와 같다면 너는 네가 필요한 책 목록을 적도록 해라. 며칠 후에 내가 란을 시켜 하노이에 가서 가지고 오도록 할테니.

응옥이 돌아가기를 청한 것은 단지 란의 의사를 알아보기 위한 것이었기 때문에 주지스님이 말릴 때 가만히 있었다. 주지스님은 응옥이 계속 머무르려고 하는 것을 알고 돌아서서 란에게 말했다.

– 제를 마치고 나면 너는 하노이에 갔다와라.

응옥은 서둘러 말을 했다.

– 큰스님, 책은 충분히 가져왔어요.

– 그렇다면 다행이구나. 아 그런데 얘야, 내가 들으니 서양사람도 불경을 번역한다고 하던데, 맞니?

- Bạch cụ, không sao ạ. Chỉ vì cháu ở chùa làm phiền cụ và làm khó nhọc cho các chú tiểu phải săn sóc, tới nay đã hơn nửa tháng nên cháu muốn xin phép cụ mai cháu về Hà Nội.

Ngọc vừa nói vừa nhìn Lan xem có tỏ ra nét mặt vui, buồn chăng, nhưng vẫn thấy Lan điềm nhiên như không, đang cầm phất trần phẩy bụi, không hề lưu ý đến mình.

Sư cụ ngẫm nghĩ một lát, trả lời.

- Nếu cháu sợ chuông trống ầm ỹ thì bác chả dám giữ.

- Bạch cụ, không phải thế.

- Hay cháu sợ ngăn trở việc học của cháu? Nếu chỉ có thế thì cháu kể các tên sách cháu cần dùng, vài hôm nữa bác bảo chú Lan về Hà Nội lấy lên cho cháu.

Ngọc ngỏ lời xin về là để dò ý tứ Lan, nên thấy sư cụ giữ thì đứng im. Sư cụ biết Ngọc thuận ở lại, quay ra bảo Lan.

- Xong việc làm chay chú về Hà Nội…

Ngọc vội đỡ lời.

- Bạch cụ, cháu đã đem theo đủ các sách rồi ạ.

- Thế thì càng hay. À cháu, bác nghe nói Tây người ta cũng dịch kinh phật có phải không?

– 네. 특히 독일인의 불경은 아주 좋다고 하는데 저도 아직 읽어보지는 못했습니다.

– 너 독일어를 읽을 줄 아느냐?

– 아니요. 그러나 그 책은 불어 번역본이 있어요.

– 그러면 불도를 알기 위해서 그 책을 네가 사서 보는 것이 좋겠다.

응옥은 란을 보고 미소지었다.

– 큰스님, 제가 란에게 부탁해서 가르쳐 달라고 해도 되나요?.

– 란이 알기는 하지만 너는 아직 여러가지 일로 바쁘지 않니. 시험에 합격하고 불도를 연구해도 늦지 않다. 먼저 불도는 아주 현묘하고 또 네가 보는 것들이 불도보다 중요한 것이 아니라는 것을 아는게 좋겠구나. 예불하고 종치고 목탁 두드리는 일뿐만 아니라 공부하지 않는 사람들이나 부녀자들을 권면해서 선하게 하는 일도 할 수 있는 것이다.

주지 스님은 서서 한차례 둘러보고 란에게 물었다.

– 목은 어디 있느냐?

– 목 스님은 지금 막 대웅전으로 갔습니다.

– 그 스님은 아직 함룡사와 용운사의 스님들을 제에 참석하시도록 모시러 가지 않은 것이냐?

– 네. 아직.

– 됐다. 너는 여기에서 쓸고 준비하고 있어라. 내가 목한테 늦지 않도록 즉시 가라고 할테니.

주지스님은 서둘러 나갔다.

- Bạch cụ, vâng. Nhất là một quyển của người Đức cháu nghe nói có giá trị lắm, nhưng cháu chưa đọc.
- Cháu biết tiếng Đức à.
- Bạch cụ không, nhưng sách ấy có bản dịch cho Pháp.
- Vậy thì cháu nên mua mà xem để biết qua đạo Phật.

Ngọc nhìn Lan mỉm cười.

- Bạch cụ, để rồi cháu nhờ chú Lan giảng cho cũng đủ.

Chú ấy đã biết gì. Nhưng cháu còn bận học bao nhiêu thứ. Khi nào thi đỗ đã rồi hãy khảo cứu về đạo Phật cũng được. Cháu cũng nên biết rằng đạo Phật huyền bí lắm, chứ những điều cháu trông thấy ở trước mắt không phải là điều cốt yếu của đạo Phật đâu.

Cho chí những việc lễ bái, đàn chay cũng là phải có để khuyên đàn bà và những kẻ vô học làm điều thiện đó thôi.

Sư cụ đứng nhìn quanh một lượt rồi hỏi chú Lan.

- Chú Mộc đâu?
- Bạch cụ, chú Mộc vừa xuống nhà tổ.
- Chú ấy chưa đi mời các sư chùa Long Vân, Hàm Long đến dự lễ à?
- Bạch cụ, chưa.
- Thôi chú ở lại sửa soạn, quét tước để ta bảo chú Mộc đi ngay kẻo muộn.

Sư cụ vội vàng đi ra.

응옥은 서서 란이 일하는 것을 보고 비밀의 이야기를 꺼낼 방법을 궁리했다.

그는 가까이 가서 말했다.

– 나는 가려고 하는데 큰스님께서 아직 허락을 안하시는군요. 매우 지루해요.

란은 돌아보지 않고 대답했다.

– 선생님은 활기찬 도시생활에 익숙해 있다가 이곳에 올라와서 적막한 절의 풍경을 보니 재미가 없을 거예요.

– 그렇지 않아요. 저는 단지 제가 여기에 오래 있으면 스님에게 폐가 되고 또 저에게도 좋지 않을 것 같아 걱정이에요.

– 그게 어떻게 저한테 폐가 되겠어요, 선생님. 그러면 선생님은 이곳의 누군가 선생님께 폐를 끼친다고 큰 스님에게 말씀드릴 건가요?

약간 큰 소리로 냉담하게 대답하는 말을 듣고 응옥은 미소를 짓고 나서 용기를 내어 란의 눈을 똑바로 쳐다보고 말했다.

– 폐가 되긴요. 단지 예전에 제가 사랑했던 한 사람의 얼굴 모습과 생김새가 꼭 스님과 닮아서…

란 스님은 태연하게 계속 말을 이었다.

– 그래서 지금 저를 만나니까 선생님은 옛 생각이 다시 나는군요. 아미타불. 선생님의 애인이지요, 그렇지요?

– 바로 그래요. 나의 정인의 이름은 '티'예요.

란은 나즈막히 물었다.

– 이름이 '티'라고요?

Ngọc đứng ngắm chú Lan làm việc, cố tìm cách gợi tới câu chuyện bí mật.

Chàng đến gần sẽ nói.

- Tôi xin về cụ chưa cho về, chán quá.

Lan không quay lại, trả lời.

- Ông quen ở nơi đô hội náo nhiệt, lên đây thấy cảnh chùa chiền tịch mịch chắc buồn lắm…

- Không phải thế. Tôi chỉ sợ ở đây lâu làm phiền chú, mà phiền cả cho tôi.

- Sao lại phiền đến tôi được, thưa ông? Còn như ở đây có điều gì làm phiền ông thì ông cứ lên bạch cụ.

Nghe câu trả lời gióng giả̉ng, Ngọc mủm mỉm cười rồi bạo dạn nhìn thẳng vào mặt chú Lan mà nói rằng.

- Có gì phiền đâu, chỉ vì trước kia tôi có yêu một người hình dung diện mạo y hệt chú…

Chú Lan điềm nhiên nói tiếp.

- Nên nay gặp tôi ông lại nhớ tới, a- di- đà Phật, người tình của ông, phải không?

- Chính thế! Người tình của tôi tên là Thi.

Lan sẽ hỏi.

- Tên là Thi?

동자승은 얼굴을 숙이고 생각에 잠겨 있다가 아주 빠르게 얼굴을 들고 용기를 내서 반복했다.

– 이름이 티라구요? 선생님?

– 네, 맞아요. 이름이 티예요. 스님, 이상한 게 있나요?

– 네, 조금 이상해요.

– 스님께서 뭐가 이상하게 생각되는지 말해 줄 수 있어요?

란은 단지 미소만 지을 뿐 대답을 하지 않았다. 응옥은 더욱더 의심이 생겨 거짓으로 자신의 얘기를 했다.

– 나는 '티'를 사랑해서 곧 약혼을 할 예정이었는데 그녀가 갑자기 어디론가 사라져 버렸어요. 아마도 스님이 그녀를 역시 알고 있기 때문에 그래서 이상하다고 한 것이지요. 그렇지요? 사람들이 저에게 그녀가 스님이 되기 위해 갔다고 했어요. 그래서 저는 계속 절을 찾아다니는 것입니다.…

란이 거기까지 듣고 큭큭 웃으며 말을 이었다.

– 그러면 선생님이 용강사에 온 것은 단지 그 목적이세요? 그러나 제가 아는 '티'는 틀림없이 선생님이 찾고 있는 티가 아니니 서둘러 기뻐하지 마세요. 자비의 문 앞에서 속세의 애정에 관한 얘기를 하지 않는 것이 옳아요. 그러나 부처님께서는 또한 수행자들의 아픈 심정을 다 이해하고 용서해 주기도 하시지요. 선생님은 제가 여기에서 말씀드린 이야기를 들으시고 비밀을 지켜 주십시오.

– 네, 제가 비밀을 지킬게요.

Chú cúi mặt ngẫm nghĩ, rồi ngửng phắt đầu lên mạnh bạo nhắc lại câu hỏi.

- Tên Thi thưa ông?

- Phải, tên là Thi. Chú cho là lạ chăng?

- Cũng hơi lạ.

- Chú có thể cho tôi biết được vì cớ gì mà chú cho là lạ?

Lan chỉ mỉm cười không trả lời. Ngọc càng ngờ lắm giả vờ kể lể chuyện riêng.

- Tôi yêu cô Thi, sắp sửa hỏi làm vợ, thì bỗng cô ấy đi đâu mất. Dáng chừng chú cũng quen biết cô ta nên cho là một sự lạ chứ gì? Có người bảo tôi rằng cô ấy đi tu, nên tôi cứ lần mò các chùa chiền để đi tìm.

Lan nghe tới đó, cười khanh khách nói tiếp theo.

- Vậy ra ông tới chùa Long Giáng chỉ có một mục đích ấy? Nhưng cô Thi tôi quen biết chắc không phải là cô Thi của ông đâu, xin ông đừng vội mừng. Đáng lẽ ở trước cửa Từ bi chẳng nên nói câu chuyện nhăng nhít, nhưng xin ông cũng thấu nỗi khổ tâm của kẻ tu hành này mà tha thứ cho. Ông nghe câu chuyện tôi sắp kể đây xin giữ bí mật cho nhé.

- Được, tôi xin giữ bí mật.

– 별일은 아닙니다. 이곳 가까이에 조금 예쁜 여자 아가씨가 있는데 저를 만날 때마다 애정 어린 말을 해서 저는 언제나 그럴 수 없다고 얘기했어요. 그녀 이름이 '티'입니다. 그래서 밤마다 저는 절에 올라가서 부처님께 현묘한 법을 내리셔서 그녀로 하여금 깨닫게 하시고 이 수행자를 놓아주도록 기도를 드리고 있어요.

응옥은 이 이야기를 듣고 속으로 생각했다.

'이 얘기가 사실일까? 아니면 내가 그의 비밀을 알고 있다고 생각하고 거짓으로 꾸며 말한 걸까.'

다시 자세히 물어보려는데 갑자기 란 스님은 혼자 말했다.

– 아이고! 아직 호 아주머니에게 상을 빌리러 가라는 말을 안했어요.

그리고 나서 스님은 허겁지겁 달려 내려갔다. 란은 화제를 돌리려 한 행동인데 서툴러서 자꾸만 다리가 꼬이고 휘청거렸다. 그래서 응옥으로 하여금 의심만 더 커지게 했다. 응옥은 란이 곤란한 지경에 이르면 갖은 이유를 대며 피하는 것을 이미 알고 있었다. 한편으로 응옥은 속으로 기뻐하며 자신에게 말했다.

- Có gì đâu? Gần đây có một người thiếu nữ cũng có chút nhan sắc, hễ gặp tôi thì cô chòng chẹo, có khi lại dám viết thơ gửi cho tôi, tôi van thế nào cũng không được. Tên cô ấy là Thi. Vì thế thường thường đêm khuya tôi vẫn lên chùa cầu nguyện đức Thích Già phù hộ, và giáng phép mầu nhiệm cho cô ta tỉnh ngộ mà buông tha kẻ tu hành này ra.

Ngọc nghe câu chuyện ngẫm nghĩ.

'Có lẽ nào lại thế? Hay hắn biết ta đã khám phá được sự bí mật của hắn nên hắn bịa ra câu chuyện ấy chứ gì?'.

Đã toan hỏi căn vặn, thì bỗng chú Lan nói một mình.

- Chết chửa, chưa bảo ông Hộ đi mượn bàn.

Rồi chú hấp tấp chạy xuống nhà. Lan tưởng làm như thế để đánh trống lảng nhưng ngờ đâu càng khiến Ngọc đoán chắc rằng mình là gái. Vì Ngọc nhận ra rằng hễ khi nào câu chuyện đến chỗ nguy hiểm là Lan tìm hết cớ nọ cớ kia để xa lánh. Ngọc mừng thầm nói một mình.

〈타고난 것은 숨길 수 없는 법이다.〉

말을 끝내자마자 란이 태연하게 웃으며 아래채에서 뛰어 올라왔다. 응옥이 농담 반, 진담 반 섞어 물었다.

– 오늘 저녁에 제를 올릴 때 승무가 있을 테니까 틀림없이 티양이 보러 오겠지요?

란은 무의식중에 이해하지 못하였다.

– 어느 티양 말씀이세요?

– 스님의 티양이요. 스님은 벌써 잊으셨군요.

– 나무아미타불! 선생님, 농담하지 마세요. 잘못해서 큰스님이 아시면 어떻게 하시려고요.

– 스님, 스님의 '티'양은 스님을 좋아하지만 스님은 사랑할 수 없어요. 그리고 나의 '티'양은 내가 좋아하지만 그녀는 또한 나를 좋아할 수 없어요. 그러면 혹시 스님의 티양이 나를 좋아하게 되지는 않을까요?

란의 얼굴색이 굳어졌다.

– 만약 선생님이 아직도 제가 선생님과 더불어 얘기하기를 원하신다면, 지금부터 저에게 좋지 않은 이야기를 더이상 하지 마세요.

– 네, 알겠습니다. 단지 저는 스님이 저의 친한 친구로 여겨져서 스님과 더불어 저의 심사를 비로소 감히 털어놓은 것뿐이에요. 그러나 스님이 듣기 원치 않으시면 그뿐입니다. 왜 스님이 그렇게 화를 내시는지…….

란은 얼굴이 몹시 붉어져서 응옥을 나무랐다.

"Có tài thánh cũng không giấu nổi ta"

Vừa nói dứt câu đã thấy Lan ở nhà dưới chạy lên, nét mặt thản nhiên tươi cười như thường, Ngọc ỡm ờ hỏi.

- Chắc tối hôm nay làm chay có chạy đàn, thì thế nào cô Thi cũng đến xem nhỉ?

Lan vô tình không hiểu.

- Cô Thi nào?

- Cô Thi của chú, quên rồi?

- Nam- mô- a- di- đà Phật! Ông chớ nói đùa nhỡ đến tai cụ thì còn ra làm sao?

- Nhưng chuyện có thực đâu mà chú sợ... Chú ạ, cô Thi của chú thì yêu chú, mà chú không thể yêu được. còn cô Thi của tôi, thì tôi yêu mà cô lại không thể yêu được tôi, hay cô không muốn yêu tôi.

Chú Lan nghiêm sắc mặt trả lời.

- Nếu ông còn muốn tôi nói chuyện với ông thì xin từ nay ông đừng đem những chuyện bậy bạ kể cho tôi nghe nữa.

- Xin vâng. Chỉ vì tôi coi chú là người bạn thân của tôi nên mới dám ngỏ tâm can với chú. Nhưng chú không nghe thì thôi, can chi mà chú phải giận?

Lan mặt đỏ bừng, trách Ngọc.

– 저는 선생님이 예절이 있고 학식이 있는 분이라고 생각해서 견식을 넓히기 위해 간혹 불도에 대해 선생님과 함께 얘기 하고자 했습니다. 그러나 만약 팔조계율에 범하는 부정한 이야기라면 지금부터 선생님과 말씀을 나누기 어렵겠습니다.

응옥은 억지로 웃었다.

– 그만 제가 스님께 실례했습니다.

연 이틀 저녁, 용강사는 주지스님의 초대장을 받은 인근 절의 스님들이 함께 참가해 붐볐다. 절의 마당에는 중심으로 갈수록 크기가 점점 작아지는 3층의 책상이 계단 모양으로 서로 위로 지탱하며 차려져 있었다. 양 쪽에는 역시 책상이 있었는데 양초가 여기저기 꽂혀 있고 상위에 수없이 놓여 있는 종이 모자에 붙어 있는 둥근 야광종이에 촛불이 비쳐 마치 별빛처럼 반짝였다.

매일 밤 스님들은 가운데 있는 돗자리에 앉고, 혹은 양쪽 책상에 바짝 붙어서 새벽 두 시나 세 시경까지 차례차례 독경을 했다. 한차례 염불이 끝날 때마다 큰 북, 작은 북, 징, 바라를 쳐서 듣기에 몹시 시끄러웠다.

세째날 밤 마지막 제례에 들어갔다. 용강사 큰 스님은 연로하여 힘이 약해졌기 때문에 제례하기에 힘이 부쳤다. 그래서 큰 스님의 제자인 용운사의 스님이 주장을 했다. 스님이 가운데 자리에 앉아서 한차례 독경을 하고 나서 제단 둘레를 북소리 박자에 따라서 빨리 그리고 천천히 몇 바퀴 돌면서 달렸다. 그 스님의 등 뒤에는 이십 명 가까운 사람들이 따라 달렸다. 그들은 동자승, 비구니, 남자, 여자 신도와 망혼 제례를 부탁한 집의 사람들이었다.

- Xin ông biết cho rằng vì tôi thấy ông là người có lễ độ, có học vấn, nên thỉnh thoảng muốn đem đạo Phật ra bàn cùng ông, cho rộng kiến thức. Nhưng nếu chỉ là câu chuyện bất chính, phạm tới tám điều răn thì xin từ nay ông tha cho.

Ngọc cười gượng.

- Thôi xin lỗi chú.

Luôn hai tối, các nhà sư ở những chùa lân cận nhận được giấy mời của sư cụ Long Giáng tề tựu đến dự lễ rất đông. Ngoài sân chùa, ở giữa bầy ba từng án thư chồng lên nhau theo hình bậc thang. Hai bên cũng đều có án thư. Nến thắp linh tinh, ánh sáng phản chiếu vào những mặt kính tròn ở các mũ giấy bầy la liệt kín cả mấy hàng án thư trông lấp lánh như các ngôi sao trên trời.

Tối nào các nhà sư cũng cắt lượt nhau tụng kinh đến tận hai, ba giờ sáng, hoặc ngồi ở chiếu giữa, hoặc đứng sát ở các án thư bên. Cứ xong một lần tụng niệm lại có đánh trống lớn, trống con, thanh la, não bạt, nghe rất là inh ỏi.

Đến tối thứ ba thì vào đàn giải kết.

Sư cụ chùa Long Giáng vì già yếu, mà việc đàn chay lại khó nhọc,

nên một đồ đệ cụ là sư ông chùa Long Vân đứng chủ trương, Sư ông ngồi ở chiếu giữa tụng kinh một lúc lại chạy vòng quanh đàn, nghĩa là đi lượn khắp các hàng án thư, theo nhịp nhanh hay chậm của tiếng trống và thanh la. Sau lưng ông gần hai chục người chạy theo, nào tiểu nào vãi, nào thiện nam tín nữ cũng là những người nhà sự chủ.

손은 가슴에 합장을 하고 마치 작은 차의 양 바퀴가 돌아가듯이 앞으로 갈 때 뒤로 갈 때 아주 가볍게 박자에 맞추어 제단 둘레를 뛰고 있는 한 줄의 사람들을 보고 응옥은 8월 대보름날 밤 켜는 등속에 종이로 만든 사람들을 상상했다. 한차례 달리기를 마치고 나서 스님은 가운데 자리에 들어와 손가락을 돌리다가 검지를 펴고 엄지와 중지를 짚었는데 아주 유연해 보였다. 그리고 가위를 쥐고 종이돈을 잘라서 사람의 형상으로 접고 제단 둘레에 쳐 놓은 줄에 흔들리도록 걸었다. 매번 네다섯 장의 종이돈을 잘라서 만들고 제단 위에 놓은 종이돈이 다 없어지면 제가 끝났다.

그 동안에 스님 뒤를 따라 뛰던 사람들은 스님 뒤에 앉아서 기도를 하기도 하고 한쪽에 서 있기도 하며, 또 어떤 사람들은 관중이 있는 곳으로 끼어 들어갔다.

응옥은 한쪽 구석에 서서 제단을 따라 둥글게 달리는 것이 한 번 끝날 때마다 설명을 해 주도록 란 스님을 손짓해서 불렀다. 세 번 째, 네 번 째에는 응옥은 단지 한번 약간 고개만 끄덕였다. 란이 서둘러서 달려왔다. 응옥이 웃으며 란에게 물었다.

– 스님 왜 저 두 사람도 제단을 돌며 달립니까?

– 어느 두 사람이요?

응옥이 가리킨 사람들 중 한 사람은 풀을 덮은 가인(대나무 바구니를 양쪽에 매달아 물건을 양 어깨에 매고 나르는 기구)을 메고 있는 사람이고, 다른 한사람은 마치 말을 타고 있는 듯 몸에 종이 말을 묶고 있는데 특히 음악소리가 나니 실제 말이 움직이는 듯 했다.

Ngọc đứng ngắm một tràng người tay chắp trên ngực, chạy lượn khúc, quanh co, khi tiến khi lui rất nhịp như lăn trên đôi bánh xe nhỏ, lại tưởng tượng đến những người bằng giấy trong chiếc đèn kéo quân đêm hôm rằm tháng tám.

Chạy xong một tuần, sư ông lại vào chiếu giữa múa may quyết ấn trông rất dẻo tay, rồi cầm kéo cắt những đồng tiền kết giấy thành hình người và treo lủng lẳng ở ba hàng dây chung quanh bàn. Cứ mỗi lần lại cắt bốn, năm đồng kỳ cho hết là tan đàn.

Trong khi ấy thì những người tùy tòng hoặc vào ngồi lễ ở sau lưng sư, hoặc đứng sang một bên, lẫn vào chỗ người đi xem.

Ngọc đứng chờ một xó, hễ thấy chạy xong một lần lại gọi chú Lan đến để nhờ giảng nghĩa hộ. Đến lần thứ ba, thứ tư thì hễ thấy Ngọc gật sẽ một cái, Lan đã vội đến ngay.

Ngọc cười hỏi Lan.

- Này chú, sao lại có hai người kia chạy đàn?

- Hai người nào?

- Một người gánh một gánh cỏ, và một người buộc con ngựa giấy vào mình trông như cưỡi ngựa vậy, nhất là nghe tiếng nhạc kêu lại càng như hệt lắm.

– 이들은 서역으로 불경을 가지러 가는 삼장법사를 모시고 가는 말에게 먹이로 줄 풀을 자르는 사람과 말을 잡고 가는 사람입니다. 즉 이 제례는 불경을 가지러 가는 행렬을 재현한 것입니다.

그 때 누군가 등뒤에서 거칠게 대답하는 소리가 있었다.

– 그 사적은 나도 알고 있어요. 서유기에 기록되어 있지요.

응옥이 돌아보니 한 예쁜 아가씨가 서 있었는데 얼굴색은 누런 설탕빵색이고 눈은 작고 '북부' 지역의 시골 아가씨들 대부분이 입는 예쁜 옷을 입고 있었다.

응옥은 갑자기 장난기가 돌아 농담을 했다.

– 아가씨가 사적을 안다고 하시니 제가 들을 수 있도록 얘기해 주시겠어요?

그 아가씨는 응옥이 놀리는 것으로 알고 고개를 숙이고 대답하지 않았다. 그런데 란도 어찌된 영문인지 역시 수줍어하며 다른 곳으로 피했다.

응옥은 따라가서 나지막이 물었다.

– 방금 전 그 사람은 누구예요?

란 스님은 한숨을 쉬고 대답하지 않았다. 응옥은 그녀가 란 스님을 짝사랑하는 아가씨임을 바로 짐작했다. 즉시 다시 물었다.

– 스님의 그 티양이 맞지요?

– 나무아미타불.

- Đây là người giữ ngựa và người cắt cỏ cho ngựa ăn, đi theo hầu thầy Đường Tăng đi sang Tây Tạng lấy kinh, đàn này tức là ôn những sự tích đi lấy kinh.

Bấy giờ có tiếng ai the thẻ trả lời sau lưng.

- Sự tích ấy tôi cũng biết, chép ở trong truyện Tây Du chứ gì.

Ngọc quay lại thấy một cô nhà quê ăn vận gọn gàng như phần nhiều các cô con gái vùng Bắc nước da bánh mật, đôi mắt ti hí.

Ngọc cho là cũng khá xinh, và nói đùa một câu.

- Cô bảo cô thử kể cho tôi nghe xem nào?

Cô ta cho là Ngọc chế nhạo cúi đầu không trả lời còn chú Lan thì không hiểu vì sao cũng bẽn lẽn đi lảng ra nơi khác.

Ngọc theo lại sẽ hỏi.

- Người nào vừa rồi đấy chú?

Chú tiểu thở dài không trả lời. Ngọc đoán ngay là cô con gái phải lòng chú, liền lại hỏi.

- Có phải cô Thi của chú đấy không?

- Nam- mô- a- di- đà Phật!

응옥이 세번째 물음을 물어 볼 사이도 없이 란 스님은 서둘러서 제단이 있는 쪽으로 갔다. 그때 종이를 네번째 자르는 것이 끝났기 때문에 스님들은 달리기 위해서 자리 밖으로 나왔다. 응옥이 바라보니 아까 그 아가씨도 란 스님 바로 뒤에서 즐거운 얼굴로 따라 달리고 있었는데 그것을 본 응옥은 웃음을 참을 수 없었다.

제례가 잠깐 쉬는 때에 응옥은 다시 두 사람 있는 곳으로 가서 웃으며 칭찬했다.

– 스님 정말 아름답게 달리는군요. 특히 아가씨… 음, 아가씨, 아! 티양이 뒤에 따라 달리니 더욱 아름답군요.

아가씨는 자신이 티라는 이름으로 불리는 것을 듣고 어리둥절한 표정으로 응옥과 란을 쳐다보았다. 응옥은 그와 같은 모습을 보고 어느 날 밤 란이 기도하던 일에 대해 바로 생각했다.

'그래 맞아. 그는 사실을 숨기려고 거짓말을 한거야, 그렇지.'

그렇게 그는 다 알고 있었지만 여전히 시골아가씨의 놀라는 얼굴 모습에 관심이 없는 체 했다. 그 뿐만 아니라 그는 일부러 화제를 바꾸고 여전히 그 아가씨에게 관심이 있는 것처럼 했다.

Ngọc chưa kịp hỏi câu thứ ba thì chú Lan đã vội vã vào trong đàn, vì lúc bấy giờ cắt kết xong lần thứ tư, sư ông đã lại ra sân chạy đàn. Ngọc nhìn theo, thấy người con gái ban nãy cũng chạy liền ngay đằng sau chú Lan nét mặt có vẻ hớn hở lắm, khiến chàng không thể nhịn cười được.

Đàn vừa tạm nghỉ, Ngọc vội chạy ngay lại chỗ hai người, mỉm cười khen lấy khen để.

- Chú chạy đẹp quá, nhất là có cô... cô gì, à cô Thi, chạy theo càng đẹp lắm.

Người con gái nghe gọi đến tên Thi thì ngơ ngác nhìn Ngọc rồi lại nhìn chú Lan. Ngọc thấy vậy nhớ ngay đến câu chuyện khấn khứa đêm hôm nào. Chàng nghĩ thầm. "Thôi đích rồi, hắn bịa ra câu chuyện để chống chế chứ gì."

Song tuy chàng nghĩ vậy mà cứ tảng lờ như không lưu ý đến dáng bộ ngạc nhiên của cô gái quê. Không những thế, chàng lại cố làm lạc hẳn câu chuyện đi mà hỏi cô kia rằng.

– 아가씨, 서유기 이야기 아세요?

– 네, 알아요. 제 동생이 바씨 아들의 책을 빌려와서 읽었는데 제가 들으니 아주 재미있어요. 란 스님, 그렇지요?

란은 냉정하고 엄격하게 대답했다.

– 저는 모릅니다. 그러나 저는 아가씨가 더이상 저에게 말을 걸지 않기만을 바랍니다. 저는 아가씨 얘기를 조금도 듣지 않겠습니다.

그 아가씨는 웃으며 고개를 숙이고 부드러운 목소리로

– 듣지 않으셔도 저는 계속 얘기할 거예요.

동자승이 더욱더 화가 나서

– 나는 아가씨가 제례에 더이상 들어오지 않으셨으면 합니다. 제례에는 스님, 작은 스님, 비구니 그리고 제례를 부탁한 집의 사람들만 제단을 돌며 뛸 수 있습니다.

그녀는 쩌우까우를 먹어서 붉어진 입술로 웃으면서 아주 당돌하게 말했다.

– 저는 계속 뛸 거예요.

– ……

… 저는 곧 비구니가 되길 청할 거예요.

응옥은 그 아가씨가 좀 이상해 보였다. 응옥 역시 민망해서 화를 냈다.

– 확실히 이 아가씨가 좀 이상하네요. 출가 수행하는 사람을 계속 좇아 다니며 괴롭히고 있어요.

그 시골 아가씨는 부끄러워하며 조용히 서 있었다. 란은 미소짓고 감사를 표하는 듯이 응옥을 바라보았다. 그러면서 맞장구 치듯이 말했다.

- Cô biết truyện Tây Du à?

- Vâng, tôi biết! Em tôi vẫn mượn sách của con ông Bá về nhà đọc, tôi được nghe... chuyện vui lắm kia... nhỉ, chú Lan nhỉ?

Lan nghiêm nét mặt trả lời.

- Tôi không biết. Mà tôi xin cô đừng nói chuyện với tôi nữa, tôi không nghe chuyện cô đâu.

Cô ả cười, ngả nghiêng cái đầu và lên giọng nũng nịu.

- Không nghe, tôi cũng cứ nói.

Chú tiểu càng giận.

- Mà tôi nói cho cô biết, cô không được phép vào trong đàn. Chỉ các sư, các tiểu, các vãi cùng những người nhà sự chủ là được phép chạy đàn mà thôi.

Cô kia không chột dạ, vẫn cười, nhoẻn cặp môi đỏ thắm sắc quết trầu.

- Tôi cứ chạy... tôi sắp xin vãi kia.

Ngọc nghe cô ả đỏng đánh quá cũng phải ngượng và đâm cáu.

- Rõ khéo cô này, người ta xuất gia tu hành lại còn cứ trêu ghẹo người ta mãi.

Cô nhà quê xấu hổ đứng im, còn Lan thì ngước mắt mỉm cười nhìn Ngọc như để cảm ơn, rồi nói luôn.

– 그렇지요, 선생님? 사람이 출가해서 수행을 하면 더이상 그 사람을 좇아다니지 않아야 옳지요?

– 네, 맞아요.

응옥이 그렇게 그냥 대답하는 것은 그가 란의 물음에 대해 생각하기에 바빴기 때문이다.

그는 그 물음에 매우 의심이 들었다. 그리고 그 아가씨와 어떤 연관도 없는 자신에 대한 걱정을 가지고 있었다. 비록 그가 스님에 대해 그렇게 확실히 짐작한다 하더라도 그는 여전히 아무것도 모르는 체 하였다. 왜냐하면 그는 곧 실천에 옮길 만한 아주 묘한 계책이 떠올랐기 때문이었다.

다섯 번째 제례가 되어서 란은 미소를 지으며 고개를 끄덕여 서있는 응옥에게 인사하고 제단을 돌며 뛰는 곳으로 갔다. 그러나 응옥은 줄곧 냉담한 표정을 지켰다. 응옥은 곧 시골아가씨 쪽으로 몸을 돌려서 그의 귀에다 입술을 대고 속삭였다.

– 아가씨, 더이상 저 속으로 뛰어들지 말고 그냥 있어요. 내가 재미있는 얘기를 해줄게요.

그녀는 얼굴이 붉어지고 대답을 않고 란을 바라봤다. 그런데 동자승은 매우 화가 나 있는 듯 했다. 제단을 돌며 뛰는 동안에 란이 두 사람이 서 있는 곳 가까이에 올 때마다 응옥은 더욱더 마을 아가씨에게 가까이 다가가서 친밀하게 말을 걸었다.

응옥이 물었다.

– 아가씨 이름이 '티'지요?

- Phải không ông? Người ta đã xuất gia tu hành thì không nên trêu ghẹo người ta nữa chứ?

- Phải lắm.

Ngọc trả lời ngớ ngẩn như vậy là vì trí chàng đương bận câu chuyện của Lan. Chàng cho là câu hỏi ấy rất đáng ngờ và có lẽ đối với mình có một ý nghĩa trực tiếp chứ không liên can gì đến cô con gái kia. Tuy chàng đoán chắc rằng thế, nhưng vẫn cứ tảng lờ như không biết gì hết, vì chàng đã nghĩ ra được một kế rất diệu sắp đem thi hành.

Đến đàn thứ năm. chú Lan mỉm cười nhìn Ngọc như chào chàng ở lại để vào chạy đàn.

Nhưng Ngọc vẫn giữ nét mặt lãnh đạm, rồi quay sang phía cô gái quê ghé mồn vào tận tai thì thầm.

- Cô ở lại đừng vào trong đàn nữa, tôi nói cho nghe một câu chuyện hay.

Cô ả đỏ mặt không trả lời nhìn theo Lan, còn chủ tiểu thì có dáng tức giận lắm.

Trong khi chú Lan chạy đàn, hễ đến gần chỗ hai người đứng thì Ngọc làm bộ ghé gần vào cô láng giềng chuyện trò có vẻ thân mật lắm.

Ngọc hỏi.

- Tên cô là Thi à?

– 아니요, 제 이름이 왜 '티'예요? 저는 '번'이에요. 아까 선생님이 저를 티라고 부르는 것을 듣고 몹시 우스웠어요.

– 아, 아가씨가 번이군요. 그러나 아가씨는 란 스님에게는 제가 아가씨 이름이 번이라는 것을 알았다고 말하지 마세요. 그 스님은 질투해요. 그러면 번 아가씨, 왜 란이 수행하는데 아가씨는 계속 그 스님을 그렇게 따라다녀요?

번은 잘못들은 체 하며 다른 곳을 응시했다. 응옥이 말을 이었다.

– 수행자를 유혹하는 것은 죽을 죄예요!

그 때 란 스님이 제례 행렬 속에서 나왔다. 화가 난 모습으로 두 사람이 서 있는 곳 가까이 와서 섰다. 응옥은 란을 보지 못한 것처럼 여전히 태연하게 번에게 속삭였다.

란은 약간 화난 듯 표정이 굳어졌다.

– 이봐요 아가씨. 한밤중인데 집에 가야지요. 그렇지 않으면 내일 아가씨 할머니가 또 야단치실 거예요.

응옥은 번이 대답할 틈을 주지 않고 바로 말을 거들었다.

– 스님에게는 아무 상관없지 않습니까. 그녀가 맘대로 하도록 놔두세요.

그러나 번은 응옥에게 작게 말했다.

– 그만 가겠습니다. 그렇지 않으면 란 스님이 화내시겠어요.

응옥도 역시 조그맣게 물었다.

– 아가씨는 란 스님이 화날까봐 무섭지요?

그리고는 그는 란이 듣도록 목소리를 높였다.

- Không, tên em có là Thi đâu? Em là Vân kia mà. Ban nãy em thấy ông gọi em là Thi, em buồn cười quá.

- À ra cô là Vân kia đấy. Nhưng cô nhớ nói với chú Lan rằng tôi biết cô tên là Vân nhé, chú ấy ghen đấy. Vậy này cô Vân. Sao chú Lan đã tu hành mà cô cứ trêu ghẹo chú ấy thế?

Vân giả vờ không nghe rõ, nhìn đi nơi khác.

Ngọc lại nói.

- Quyến rũ người tu hành tội chết.

Câu chuyện đến đấy thì chú Lan ở trong đàn đi ra, mặt hầm hầm, đứng gần chỗ hai người, Ngọc làm bộ như không thấy chú, vẫn cứ nghiễm nhiên thì thầm với cô Vân.

Lan cười gằn.

- Này cô... Kia, khuya rồi đi về chứ, chẳng mai bà cô lại chửi chết.

Ngọc không để Vân kịp trả lời nói đã ngay.

- Thì việc gì đến chú đấy, để mặc cô ấy xem chứ?

Nhưng Vân nói sẽ với Ngọc.

- Thôi để em về, không chú Lan giận.

Ngọc cũng sẽ hỏi.

- Cô sợ chú Lan giận à?

Rồi chàng nói to cốt để Lan nghe thấy.

– 조금 있다가 어두워서 무서우면 내가 집까지 바래다 줄게요.

란은 한차례 몸을 홱 돌리더니 다른 곳으로 가버렸다. 번은 란 스님이 자신에게 화가 난 줄로 알고 응옥에게 작별인사를 하고 돌아갔다.

그 아가씨가 돌아가자마자 란이 다가와 온순한 목소리로 말했다.

– 선생님은 매우 단정치 못하시군요.

– 그것이 스님과 무슨 상관이에요.

– 큰스님께서 아시면 매우 야단치실 거예요.

– 누가 감히 그런 얘기를 해서 스님이 알게 할까요? 그리고 스님이 알게 되신다 해도 괜찮습니다. 큰 스님이 수행하시는 것이지 제가 수행하는 것은 아니잖습니까. 그러나 스님은 은혜를 잘 모르시는군요.

– 어떤 은혜를 모른다고 말하는 거지요?

– 아가씨… 아니, 티는 스님을 좋아하고 있어요. 그 아가씨가 그만 스님을 놓아주도록, 스님 때문에 제가 그 아가씨를 유혹하려 한 것이지요.

란은 얼굴이 붉어졌다.

– 수행자 앞에서 선생님은 아주 거침없이 말씀하시는군요.

응옥은 차갑게 대답했다.

– 너그럽게 이해해 주세요.

말을 마치고 등을 돌린 응옥은 곧장 걸어나갔다. 란이 그를 불렀다.

– 선생님, 어디 가세요?

응옥은 고개를 조금 돌려 애써 웃으며 말했다.

- Chốc nữa có sợ tối thì tôi đưa về tận nhà.

Lan nguẩy một cái quay đi nơi khác, còn Vân tưởng chú giận mình đứng nói chuyện với trai, cũng từ biệt Ngọc ra về.

Nàng vừa đi khỏi. Ngọc đã thấy Lan lại gần ôn tồn bảo bạn.

- Tính ông trai lơ lắm.

- Việc gì đến chú đấy.

- Nhỡ cụ biết cụ quở chết.

- Ai dám mách mà cụ biết? Vả cụ có biết cũng chả sao. Cụ đi tu chứ tôi có đi tu đâu. Nhưng chú vô ơn lắm.

- Thế nào là vô ơn?

- Cô... Thi phải lòng chú, tôi có ý giúp việc tu hành của chú cho thành chánh quả, nên vì chú, tôi muốn quyến rũ cô ta để cô ta buông tha chú ra...

Lan đỏ mặt.

- Đứng trước người tu hành mà ông ăn nói tự do quá.

Ngọc lạnh lùng đáp.

- Xin chú đại xá cho.

Nói xong quay lưng đi thẳng. Lan gọi với.

- Ông đi đâu đấy?

Ngọc quái cổ lại cười gằn.

– 제가 어딜 가든 스님이 무슨 상관이십니까?

– 저는 또…

란은 목이 메는 듯 말을 이을 수 없었다. 푸르스름한 두 눈자위 아래 눈물방울이 맺혔다.

- Tôi đi đâu thì can gì đến chú?

- Lại đi...

Lan như tắc họng không nói được, hai giọt nước mắt long lanh dưới cặp mi đen quầng.

Ⅴ

다음날 아침, 제례가 다 끝난 용강사는 여느 때와 같이 다시 조용해졌다.

일곱 시가 한참 지나서야 응옥은 자리에서 일어났다. 눈을 반만 뜬 채 창밖을 바라보았다. 마당 한 가운데 책상들이 여기저기 뒤집힌 채로 무질서하게 놓여 있었다. 꽃문양 담장 가까이에 모아놓은 한 무더기의 재가 높이 흩어지고 있었다. 그것은 어젯밤 종이말들을 불에 태운 것이었다.

며칠 시끄러웠던 날들 후에 조용한 날들이 이어지니 암자는 예전보다 더욱 적막하게 느껴졌다. 그 적막한 광경 앞에서 응옥은 어렸을 때 느꼈던 설날 며칠 뒤처럼 슬픈 감상이 들었다. 용강사는 한 시골 아가씨가 설날 3일 동안 예쁜 새 옷을 입고 있다가 설이 끝나자 평소 입던 옷으로 갈아입은 것처럼 적막하고 우울해 보였다.

응옥은 멍하니 앉아 있다가 어제 저녁의 일에 대해서 다시 떠올려 보았다. 제례가 행해지는 곳을 벗어난 후에 그는 길에 나가서 한참 돌아다니다가 새벽 한시나 두시경이 되어서야 비로소 절에 돌아왔다. 어디를 갈까? 그도 역시 어디를 가야할지 몰랐고 어디로 가겠다고 정하지도 않았다. 단지 란 스님이 의심을 하도록 일정시간 오래 절을 비우는 것이 중요할 뿐이었다. 왜냐하면 지금은 다시 란 스님을 의심하고 있고, 란 스님이 남장한 여자임을 확신하였기 때문이었다.

Sáng hôm sau cảnh chùa Long Giáng lại yên lặng như ngày thường, vì việc đàn chay đã kết liễu.

Mãi hơn bảy giờ, Ngọc mới thức giấc, mắt nhắm mắt mở nhìn qua cửa sổ ra ngoài, thấy ngổn ngang các án thư bỏ lổng chổng ở giữa sân. Gần tường hoa, một đống tàn cao ngất, đó là đồ mã đốt tối hôm qua.

Sau mấy buổi huyên náo, kế đến hôm tĩnh mịch, thành thử sự tĩnh mịch càng thấy rõ rệt hơn trước. Trước cảnh tẻ ngắt, Ngọc có cái cảm tưởng buồn rầu, tưởng tượng như thuở bé sau mấy ngày Tết. Chùa Long Giáng sau mấy hôm rực rỡ, nay bỗng lại ủ rũ như xưa, thực chẳng khác cô con gái nơi thôn đã trong ba hôm Tết thắng bộ áo đẹp, rồi hết Tết lại cởi ra mà mặc bộ nâu sồng thường nhật.

Ngọc ngồi nghĩ vơ nghĩ vẩn, hồi tưởng đến câu chuyện tối hôm qua. Sau khi rời chỗ đàn chay, chàng ra đường đi lang thang mãi đến một hai giờ sáng mới trở về chùa. Đi đâu? Chàng cũng chẳng biết đi đâu mà cũng chẳng định đi đâu, chỉ cốt vắng chùa trong thời gian khá lâu để chú Lan ngờ vực mà thôi. Vì nay chàng đã yên chí, chàng đã chắc rằng chú là gái cải nam trang.

일어난 일들을 생각해보면, 눈으로 보고 귀로 들은 란 스님의 모습, 피부색, 말하는 말씨부터 뜻을 지키려하고 겸손한 모습에 이르기까지 응옥은 더이상 그 고운 동자승이 남자라고 여길 수 없었다. 그는 속으로 기뻐하고 즐거워하고 거기다 희망까지 가지게 되었다.

문을 살짝 밀치고 란은 무표정한 얼굴로 발자국 소리가 안 나게 살짝 방으로 들어 왔다. 그는 녹차 통을 책상 아래 내려놓으며 말했다.

– 큰 스님께서 선생님이 차를 드시도록 이것을 갖다 드리라고 하셨어요. 이 차는 '한' 부인이 어제 큰 스님께 갖다드린 것입니다.

– 큰스님께 제가 감사 드린다고 전해주세요. 틀림없이 큰스님은 제가 버너를 가지고 있는 것을 아실 거예요.

– 선생님, 따로 물을 가져다 끓이실 필요 없이 저희가 해 드려도 됩니다.

응옥은 미소지으며 란을 바라보고 말했다.

– 제가 스님께 폐를 끼치는 것 같아서요. 저는 집에 편지를 써서 이것저것 보내오도록 하겠습니다.

– 아! 전날 친척분이 대바구니 통에 넣어서 가져 왔지요.

– 예, 바로 그래요.

– 제가 보니 '끼에우'전 불교 대관이라는 책도 있던데요.

응옥은 기뻐서 서둘러 물었다.

– 스님은 '꾸옥응으(현재 쓰이는 베트남어로 알파벳화한 베트남어를 이름)'를 아세요?

란은 태연하게 대답했다.

Ôn lại các việc xẩy ra, những sự mặt trông tai nghe, từ lời nói dáng điệu, nước da cho tới những ý tứ giữ gìn, khép nép, Ngọc không còn thể nào cho rằng chú tiểu xinh xắn kia là trai được nữa. Chàng mừng thầm, mỉm cười sung sướng, chứa chan hy vọng.

Cánh cửa sẽ đẩy, chú Lan rón rén bước vào phòng, nét mặt nghiêm trang đặt một bao chè tầu xuống bàn, nói.

- Cụ truyền biếu ông bao chè để ông xơi nước. Chè này của bà Hàn cúng cụ hôm qua.

- Chú bạch cụ dùm cho rằng tôi xin đa tạ cụ nhé. Ý hẳn cụ cũng biết tôi có ấm cồn đun nước.

- Ông để chúng tôi đun cũng được, can chi lại phải đun lấy.

Ngọc mỉm cười nhìn Lan.

- Ấy, vì tôi sợ làm phiền chú, nên tôi viết giấy về nhà xin gửi lên cho đủ thứ.

- À ra bữa nọ anh người nhà mang lên ở trong bồ đấy.

- Chính phải.

- Tôi thấy có quyển Kiều và quyển Phật giáo đại quan nữa.

Ngọc mừng rỡ, vội hỏi.

- Chú biết quốc ngữ?

Lan điềm nhiên.

– 네, '꾸억응으' 글자는 쉬워서 열흘정도만 공부해도 읽을 수 있는데 어떻게 모르겠어요.

– 오, 그러면 아주 잘됐군요!

응옥은 예정하고 있는 일을 생각하고 그냥 그 말을 꺼낸 것이었으나 란은 다른 뜻으로 이해하고 대답했다.

– 지금 시대에 누가 '꾸억응으'를 모르겠어요. 이상하군요, 왜 선생님은 자꾸 저를 보면서 웃으세요?

– 스님, 제가 스님 생각을 하고 있는데 마침 스님이 들어왔어요. 저는 우리 두 사람의 생각이 분명히 서로 통했기 때문에 우리 두 사람은 서로에게 그와 같은 원감(遠感 : 멀리 있어도 서로 통할 수 있다는 생각)을 가질 수 있다고 생각했어요. 그래서 웃었으니 스님 화내지 마세요.

– 선생님이 무슨 말씀을 하시는 건지 이해할 수 없군요.

란은 일어나 눈으로 방 주위를 둘러보며 미소짓고 응옥을 칭찬했다.

– 선생님께서 방 배치를 다시 해 놓으니 아주 보기 좋네요.

– 스님이 방에 들어 오셨을 때 보기에 흉하고 어지럽게 널려있지 않도록 제가 정리를 했습니다.

란은 두 뺨이 새빨개져서 얼굴을 숙이고 대답했다.

– 선생님은 계속 너무 말씀을 높이시는군요. 저는 단지 선생님의 심부름을 하는 사람일 뿐입니다.

– 아미타불!

응옥은 농담을 했다. 그리고 큰 소리로 웃었다. 당황한 란은 머리를 숙이고 곧장 달려나갔다.

- Vâng. Chữ quốc ngữ dễ, học chỉ độ mươi hôm là đọc được, làm gì mà không biết.

- Ồ, thế thì hay quá nhỉ!

Ngọc nghĩ đến việc đương dự định, buột mồm nói ra câu ấy, nhưng Lan lại hiểu một cách khác nên trả lời.

- Đời bây giờ, ai không biết quốc ngữ? Lạ, sao ông cứ nhìn tôi, ông cười vậy?

- Chú ạ, tôi đương nghĩ đến chú thì thấy chú vào. Tôi cho rằng tư tưởng đôi ta chắc có liên lạc với nhau nên chúng ta mới có thể viễn cảm tới nhau như vậy. Vì thế nên tôi cười, chú đừng vội giận.

- Ông nói những gì, tôi không hiểu.

Lan đứng đưa mắt nhìn chung quanh mình, cười khen rằng.

- Cái phòng này ông mới bài trí lại trông đẹp nhỉ.

- Phải, tôi trang hoàng thế để khi chú có bước chân vào trông đỡ bề bộn, chướng mắt.

Lan hai má đỏ ửng, cúi xuống trả lời.

- Ông cứ dạy quá lời, tôi chỉ đáng là đầy tớ ông.

- A di đà Phật!

Ngọc nói đùa. Rồi cười khanh khách, khiến Lan xấu hổ cắm đầu chạy thẳng.

응옥은 세수를 마치고 나서 알코올 버너를 가져다 물을 끓였다. 응옥은 앉아서 방을 한차례 둘러보고 란의 칭찬을 떠올리며 미소지었다.

지금 그의 방은 대학생들의 방과 비슷한 형태이다. 실로 그렇다. 침대는 무늬가 있는 모기장 커튼을 쳤고, 젯상은 책을 쌓아 놓기 위해서 사용하고, 책상은 그 위에 푸른색 바탕에 각양각색의 깃발이 그려져 있는 탁자보를 덮었으니 이 모두 보기에 밝고 단정했다. 응옥이 이곳에 처음 왔을 때에는 방안에 갈색 커튼을 친 침대 하나만 달랑 있었다. 그러나 지금은 그때와는 또 달랐다. 벽에 걸린 응옥이 그린 동양화와 서양화들은 절의 조그마한 행랑의 한 칸 방을 더욱 우아하고 애정이 깃들게 했다.

응옥은 스스로에게 '나는 무엇을 바라고 방을 장식하였을까?' 묻고 나서 슬며시 미소를 지었다.

'지금 나는 사랑에 빠졌다!'

바로 그랬다. 사랑의 신의 손이 비로소 우울하고 슬픈 광경을 사랑스럽고 감미로운 모습으로 치장시켰던 것이다. 응옥은 웃었다. '그러나 정말 이상하다. 절에 올라와서 비로소 사랑을 알게 되다니. 사랑을 안다는 것은 흥미 있는 일이지만… 그러나 내가 계속 깊이 사랑하는 것이 혹시 그림자를 사랑하는 것과 같은 것은 아닐까? 그렇다면 그것은 아무 소용없는 일이다. 차라리 사랑을 하지 않는 것이 낫지 않을까?'

이어지는 생각들 모두 '끼에우' 전의 한 구절을 생각나게 했다. 그는 그 구절을 입으로 읊어보았다.

'〈사랑을 하면 열 배의 아픔을 감내해내야 한다.〉'

그래 맞다. 그는 수행자이다. 죄업!'

Ngọc đứng dậy rửa mặt, rồi đem ấm cồn ra đun nước. Chàng đưa mắt ngắm lại phòng một lượt, nhớ tới câu khen ngợi của Lan lại mỉm cười một mình.

Thực ra cái phòng của ta giống như cái phòng của một sinh viên trường đại học.

Mà thực vậy, cái giường mắc màn ren, cái bàn thờ dùng làm án sách, cái án thư trên phủ lá cờ dạ xanh dùng làm bàn viết trông đều sáng sủa sạch sẽ lắm, khác hẳn hôm mới tới chỉ trơ trọi cái giường buông chiếc màn nâu. Các tranh ảnh cùng những bức thủy họa của chàng treo ở tường càng tôn vẻ nhã nhặn, âu yếm của cái buồng con con.

Ngọc ngắm một lượt, tự hỏi. 'Trang hoàng như thế để làm gì?' Chàng tự hỏi rồi nhách một nụ cười.

'Thôi ta yêu mất rồi!'

Mà chính thế. Phải rồi, cái tay của thần ái tình mới có thể bài trí một cảnh u ám, buồn rầu, nên cảnh dịu dàng âu yếm được. Ngọc lại cười. Nhưng mà ta cũng ngộ nghĩnh thật. Lên ở chùa mới biết yêu, mới biết yêu là có thú vị... Song chẳng lẽ ta cứ yêu suông yêu bóng mãi thế này thì cũng uổng, thà chả yêu cho xong.

Sự liên tưởng của ý nghĩ tự nhiên nhắc Ngọc ôn lại một câu Kiều, mà chàng buột mồm ngân nga.

"<Yêu nhau thì lại bằng mười phụ nhau>"

Ừ phải, người ta tu hành. Tội nghiệp!

어지러운 생각들을 애써 벗어나려고 응옥은 그가 지난주에 샀던 David의 불도에 관한 책을 꺼내서 보았다. 그러나 몇 장 읽다가 너무 지루해서 그는 다시 책을 덮었다.

그 순간 그는 손 끝에 닿는 뜨거운 뭔가에 깜짝 놀라 벌떡 일어났다. 뜨거운 물방울이 갑자기 그의 손으로 튀었던 것이다. 보니까 알코올 버너 위에 놓인 물주전자가 언제부터인지 끓고 있었다. 끓는 물소리가 '씨익, 씨익' 하고 날 때까지 그는 듣지 못했던 것이다.

응옥은 손을 닦고 미소 지었다. 주전자를 가져다가 차를 탔다. 연꽃 차를 몇 잔 마시자 정신이 맑아지고 마음이 즐거워졌다. 자신의 삶을 돌아보다가 그는 매우 낙관적인 생각이 들었다. 이 생각, 저 생각으로 얽히다가 그는 옛날 '서식'이 살았다는 '파이라이'의 신선동에 자신이 서 있다는 생각이 들었다. (16세기의 작품, 서식선혼록. 서식이 선녀와 결혼한 이야기).

창 밖에는 절 뒤의 비스듬한 낮은 구릉산의 모습과 아주 아름다운 풍경이 펼쳐져 있었다. 신비하고 아름다운 모습이었다. 그는 스쳐 지나가는 감미로운 바람에 흔들려 반짝이는 차 잎사귀들 아래 누군가를 그리며 깊은 꿈을 꾸고 앉아있는 아름다운 선녀를 상상했다. 그는 미소지었다. 주변의 경치와 더불어… 그리고 사랑하는 사람을 둘러싸고 있는 공기와 더불어 미소지었다.

그는 창문 옆 작은 텃밭을 내려다보고 갑자기 무언가 뚫어지게 쳐다보았다. 막 파놓은 듯한 두 군데의 땅에 가지가 마르고 껍질은 흰색으로 변한 '다이'나무 옆 누군가 막 심어 놓은 듯한 부드러운 두 그루의 '응옥 란' 나무가 각 가지 끝에 흰 꽃송이를 피우고 있었다.

Muốn cố giữ cho khỏi nghĩ vẩn vơ. Ngọc lấy quyển sách bàn về đạo Phật của David mà chàng mới mua tuần lễ trước ra coi. Nhưng mới được vài trang đã thấy chán ngắt, liền gấp sách lại.

Bỗng chàng giật mình mấy giọt nước nóng bắn vào tay. Thì ra ấm nước đặt trên bếp cồn sôi từ bao giờ mà chàng vẫn không biết, đến cả tiếng nước reo chàng cũng chẳng nghe thấy chi hết.

Ngọc xoa tay mỉm cười, rồi lấy ấm chén ra pha chè. Uống mấy chén Liên tâm thấy tinh thần tỉnh táo, tâm trí hớn hở và ngắm cuộc đời có rất nhiều tư tưởng lạc quan, rồi nghĩ chuyện nọ nhảy sang chuyện kia, lẩn quẩn tự đặt mình vào địa vị Từ Thức sống trong cảnh động Phai Lai.

Bấy giờ nhìn qua cửa sổ ngắm cảnh đồi thoai thoải sau chùa, chàng thấy hiện ra nhiều vẻ xinh đẹp huyền bí. Chàng tưởng dưới đám lá che lấp lánh ngọn gió dịu dàng mơn mởn rung động kia, một cô tiên yểu điệu đương ngồi mơ màng tưởng nhớ tới ai.

Chàng mỉm cười, mỉm cười với cảnh vật, mỉm cười với làn không khí bao bọc người yêu...

Cúi nhìn xuống cái vườn con bên cạnh cửa sổ, bỗng chàng chú ý đến một vật khiến mắt chàng đăm đăm không chớp. Trong hai khoảng đất trong mới xới, bên cây đại cành khô khan, da mốc thếch có hai cây ngọc lan nhỏ mềm mại, ai vừa trồng, mỗi cây ngọn nở một bông hoa trắng muốt.

그의 머리 속에 '란'이라는 이름에 취한 아름다운 인상을 가지고 있었기 때문에 그 풍경에 더 주의를 기울였다. 그는 조용히 생각했다.

– 응옥 란… 아마도 그럴까? 정이 있으나 강하게 숨기는 것!

갑자기 그는 들뜬 마음으로 용기를 내어 입술을 마주쳐 작은 소리를 내며 자신에게 말했다.

– 그래! 그렇다면 내가 한번 더 시험해 보자, 호랑이 굴에 들어가지 않으면 어찌 호랑이를 잡을 수 있겠는가?

'뚜옹'극 (베트남의 전통가극) 에서 나오는 것과 같은 말투는 그로 하여금 역시 웃음을 터뜨리게 했다. 그러나 호랑이 굴에 가는 것이 그다지 위험한 것은 아니다. 단지 종이와 펜을 가지고 편지를 쓰는 일이 있을 뿐이었다.

응옥은 이미 그런 편지를 서너 번 썼다. 그러나 그는 매번 다 쓴 편지를 읽고 나서는 잘게 찢어 버렸다. 왜냐하면 첫째는 란이 '꾸억응으' 글자를 모를 것을 염려해서였고, 두 번 째는 거절당할까 두려웠기 때문이었다. 하지만 이번에는 그는 또다시 결단을 한 것이다. 즉시 통에서 보라색 편지지 한 장을 꺼내어 편지를 썼다.

– 란 스님

두 단어를 쓰고 나서 응옥은 미소를 짓고 지워버렸다.

– 안 돼, 더 이상 스님이라고 해서는 안 돼.

그는 즉시 다른 종이를 꺼내서 다시 썼다.

티 아가씨.

Chàng chú ý đến là vì tâm trí đương bị cái tên Lan đẹp đẽ thôi miên... Chàng ngây ngất người,

- Ngọc Lan! Có lẽ thế chăng? Âu yếm mà kín đáo lắm!

Bỗng chàng thấy trong lòng phấn khởi, mạnh bạo. Chàng chép miệng nói một mình. Chà! Thì ta cứ thử liều một chuyến xem nào. Không vào hang hổ sao bắt được hổ con?

Câu nói có vẻ ≪tuồng≫ khiến chàng cũng phải phì cười. Mà vào hang hổ thì đã lấy gì làm nguy hiểm. Chỉ có việc đem giấy bút ra viết một bức thư.

Bức thư ấy đã ba, bốn lần Ngọc viết rồi, nhưng lần nào viết xong, đọc lại, lại xé nhỏ vứt đi, vì một là chàng sợ Lan không biết quốc ngữ, hai là chàng sợ bị cự tuyệt. Lần này thì chàng nhất định quả quyết. Liền mở hộp giấy viết thư màu tím lấy một tờ ngồi viết.

- Chú Lan.

Viết được hai chữ ấy. Ngọc mỉm cười xóa đi.

- Không được. Chẳng chú nữa.

Liền lấy tờ giấy khác viết lại.

Cô Thi.

나무아미타불! 저는 부처님이 모든 중생을 구제한 것처럼 이 어려운 사람을 구제해 주시도록 부처님께 청하기 위해서 염불로 나의 편지를 시작합니다. 왜냐하면 저는 "황하강 모래사장에 묻혀진 모래알" 같습니다. 사람의 숲에서 길을 잃은 한 사람이기 때문입니다.

그러나 당신도 역시 한 사람입니다. 단지 그와 같은 한 사람일뿐입니다. 비록 당신이 속세를 멀리 떠나고자 하고 속세의 인연을 끊고자 하나 인간의 본성은 한순간도 지워버리기가 쉽지 않은 것입니다. 그 본성이 바로 情입니다. 아미타불! 그것은 사랑입니다.

사랑은 우리 인간의 본성이고 우리의 행복입니다. 내가 당신을 사랑하고, 만약 내가 잘못 생각하는 것이 아니라면 당신 또한 나를 싫어하지 않습니다. 이러한데 무슨 까닭으로 우리는 우리의 행복을 거슬려야 하겠습니까?

석가모니께서는 출세(出世)하여 중생의 영혼들을 열반에 이르게 하여 불망불멸(不忘不滅)의 행복을 향유하게 하셨습니다.

그러나 우리의 행복은 단지 사랑에 있을 뿐입니다.

그것은… 아미타불! 그것이 우리의 열반입니다.

요며칠간 저는 불교책을 읽고 제가 불도를 사랑하고 있음을 알았습니다. 그리고 제가 불도를 사랑할수록 더욱더 아가씨를 사랑하게 되었습니다. 저는 진정으로 제 영혼과 이상 속에서 당신을 사랑합니다.

용서하십시오. 저는 란 스님으로 당신을 계속 좋아할 수는 없습니다. 제가 란 스님의 실제 영혼을 사랑할 수 있도록 해주십시오. 그 영혼은 티 아가씨입니다.

Nam- mô- a- di- đà Phật! Tôi bắt đầu bức thư của tôi bằng một câu niệm Phật, để xin Phật độ trì cho kẻ khổ sở này, như Phật độ trì cho hết thảy các chúng sinh. Vì tôi chỉ là một người lạc lối trong rừng người. Như một hạt cát bị vùi trong bãi cát sông Hằng Hà.

Nhưng cô cũng là một người, cũng chỉ là một người. Dù cô muốn xa lánh cõi tục, dứt bỏ trần duyên, song cái bản tính của con người dễ một lúc mà cô xóa bỏ nổi được. Cái bản tính ấy là tình là, là... A di đà Phật! Là ái tình.

Ái tình là bản tính của loài người, mà là hạnh phúc của chúng ta. Tôi yêu cô và tôi đoán không lầm thì cô cũng chẳng ghét tôi, vậy thì can chi ta lại làm trái hạnh phúc của ta?

Đức Thích Già Mầu Ni xuất thế để đưa linh hồn chúng sinh tới cõi Nát Bàn mà hưởng sự hạnh phúc bất vong bất diệt.

Nhưng... hạnh phúc chúng ta chỉ ở ái tình.

Đó là... A- di- đà Phật! Đó là Nát bàn của chúng ta.

Mấy hôm nay tôi đọc quyển Phật giáo tôi thấy tôi yêu đạo Phật, Tôi yêu đạo Phật thì tôi lại càng yêu cô, một cách chân thành, tôi yêu cô trong linh hồn, trong lý tưởng, cô tha thứ cho, tôi không phải cứ yêu mãi chú Lan, phải cho phép tôi yêu cái linh hồn thực của chú Lan mới được. Cái linh hồn ấy là cô Thi.

아가씨께서는 제 편지를 읽어보고 이 마음을 살피셔서 인간세상에서 물에 빠진 한 영혼을 구할 수 있는 부처님의 뜻을 수락해 주십시오.

– 응옥

응옥은 단정한 의복을 입고 편지를 접어서 봉투에 넣어 주머니에 넣고 나갔다. 윗절로 가는 길에 목 스님을 만났다. 응옥이 물었다.

– 란 스님은 어디 계세요?

목 스님은 응옥이 두리번거리는 것을 보고 무슨 일이 있는가 싶었다.

– 란 스님은 절 뒤 우엉 밭에 있어요. 무슨 일이 있으세요, 선생님?

응옥은 짧게 '아니오'라고 말한 뒤 서둘러 곧장 갔다. 목 스님은 놀라서 그를 바라보았다.

우엉 밭으로 나가니 산 언덕 옆에 심어져있는 우엉 잎이 높아 어떤 곳은 보이고 어떤 곳은 보이지 않았다. 한 5분 후에 응옥은 쇅쇅 소리를 분명히 듣고 나서야 비로소 란이 서 있는 곳을 찾았다. 스님 옆에는 뿌리, 가지, 나뭇잎들이 다듬어지지 않은 우엉나무가 여기저기 널려 있었다. 란은 일을 많이 해서 피곤한지 한 손을 가슴에 얹고 선채로 숨을 돌리고 있었다. 응옥은 발소리를 죽이고 등뒤로 가서 살며시 인사를 했다.

– 저, 티아가씨!

란은 천천히 얼굴을 돌리고 태연하게 대답했다.

– 아닙니다, 저예요. 티양이 감히 어떻게 절의 우엉 밭에 들어오겠어요?

말을 마치고 동자승은 눈물이 날 정도로 한참 웃어서 두 뺨이 새빨개졌다. 그리고는 말을 이었다.

Cô xem thư mà xét thấy cho lòng này thì tức là cô vâng ý Phật cứu với được một linh hồn đương bị đắm đuối ở cõi nhân gian.

- Ngọc

Ngọc chải chuốt y phục, rồi gấp thư cho vào phong bì, bỏ túi ra đi, lên chùa trên gặp chú Mộc, Ngọc đột nhiên hỏi.

- Chú Lan đâu?

Chú Mộc thấy Ngọc ngơ ngác, tưởng mới xảy ra chuyện gì.

- Chú Lan ở vườn sắn sau chùa. Có chuyện gì đấy ông?

Ngọc chỉ kịp trả lời một tiếng: "không". rồi lật đật đi thẳng, khiến chú Mộc đứng nhìn theo lấy làm ngạc nhiên.

Rồi tới vườn sắn, vì sắn lá cao mà trồng bên sườn đồi, chỗ hiện chỗ khuất, nên đến hơn năm phút sau, Ngọc nghe rõ tiếng sột soạt, mới tìm thấy chỗ Lan đứng. Bên cạnh chú một đống cây sắn nhổ lên còn để nguyên củ, cành, lá ngổn ngang. Ý chừng Lan làm nhiều việc nên mệt nhọc đứng thở hồng hộc, một tay để vào ngực. Ngọc rón rén đến sau lưng, ỡm ờ chào.

- Kìa cô Thi!

Lan thong thả quay mặt lại, điềm nhiên trả lời.

- Không, tôi đây mà. Cô Thi nào dám vào vườn sắn của nhà chùa?

Nói xong cười rũ rượi, chảy cả nước mắt, đỏ ửng hai má. Rồi lại tiếp theo.

– 아미타불! 선생님이 티양을 만나고 싶다면 그 아가씨 집으로 가야지요.

– 아닙니다. 다른 티 아가씨입니다. 저의 티 아가씨이지요.

란은 응옥의 대답에 주의를 기울이지 않고 하늘을 보며 말했다.

– 해가 높이 떠 있을 때 우엉을 가지고 돌아가야 해요. 그렇지 않으면 큰스님께 야단 맞아요.

말을 마치자 동자승은 즉시 대나무 줄로 우엉 더미를 묶어서 정리했다. 응옥은 주머니 속에 손을 넣고 편지를 쥐였다 놓았다 하고 있었다. 그와 같이 하기를 서너 차례 하였다.

란은 우엉 더미를 어깨에 메고 인사를 했다.

– 그러면 선생님은 여기 계세요. 저는 절에 돌아가겠습니다.

응옥은 당황해서 말했다.

– 네… 이제… 제가…. 왜 스님은 우엉을 다듬지도 않고 가져가세요? 가지와 잎을 버리고 가면 가볍잖아요.

– 가지는 심기도 하고 말려서 장작으로 쓰기도 해요.

란은 대답을 하면서 언덕 아래로 발을 옮겼다.

응옥은 붙잡으려는 듯이 뒤쫓아갔다.

– 잠깐 기다렸다가 같이 가요.

란은 두려워서 우엉 묶음을 땅 아래 내려놓고

– 그러면 전 여기서 무얼 하고 있지요?

– 경치를 구경하고 계세요.

– 햇빛이 뜨거운데 무슨 경치를 보겠어요.

– 뜨거우면 우리가 우엉 잎 그늘 아래 앉으면 되지요.

- A- di- đà Phật! Ông muốn gặp cô Thi thì ra nhà cô ấy chứ?

- Không, cô Thi khác, cô Thi của tôi kia.

Lan không để ý đến câu trả lời của Ngọc nhìn trời, nói.

- Mặt trời lên đã cao. Phải mang sắn về mới được, chẳng cụ quở.

Nói xong lấy dây buộc qua quít lại bó sắn. Còn Ngọc thì thò tay vào túi lấy bức thư ra, rồi lại ấn vào, như thế đến hai ba lượt.

Lan vác bó sắn lên vai, chào.

- Thôi ông ở lại, tôi về chùa.

Ngọc nói lúng túng.

- Được... này... tôi... à! Sao chú không bẻ lấy sắn đem về, còn cành lá thì bỏ đi có nhẹ việc không?

- Cành để giồng và đun chứ.

Lan vừa trả lời vừa xuống đồi.

Ngọc đi theo toan níu lại.

- Thì ở lại, chờ tôi rồi cùng về một thể.

Lan sợ hãi, đặt vội bó sắn xuống đất mà rằng.

- Vâng, thì ở lại. Nhưng ở làm gì mới được chứ?

- Ở lại ngắm cảnh.

- Giời nắng còn ngắm cảnh gì?

- Nắng thì ta ngồi xuống dưới bóng lá sắn.

그런데 아가씨…

응옥이 말을 하면서 편지를 꺼내려고 했다.

– 저, 스님.

– 선생님, 왜 그러세요?

– 오늘은 날이 시원해서…

– 네, 정말 시원하네요.

두 사람은 다시 우두커니 경치를 바라보았다. 응옥은 편지를 건네려고 했다.

– 스님…

– 네.

– 저…… 근데 우엉은 맛있나요?

– 네, 맛있어요. 그런데 선생님, 큰스님이 절 찾으시기 전에 빨리 돌아갈게요.

– 아닙니다. 제가 들고 갈게요.

란은 대답하지 않고 우엉 묶음을 이고 언덕 아래로 빠르게 달려갔다. 응옥은 달려가는 란을 멍하니 바라보며 서 있었다.

응옥은 한숨을 쉬었다. 편지를 꺼내 네 조각으로 찢어서 땅바닥에 던져 버렸다.

절의 문에 돌아와서 응옥은 다시 밖으로 나가는 란을 마주쳤다. 허겁지겁 서두르는 모습이었다. 그는 먼저 가버린 란이 너무 서운해서 인사조차 하고 싶지 않았다.

란은 쉬지 않고 단번에 우엉 밭에 올라갔다. 아까 그곳에 이르러서 동자승 란은 즐겁게 웃으며 말했다.

Này cô...

Ngọc vừa nói vừa toàn rút bức thư.

- Này, chú...

- Ông dạy?

- Hôm nay chắc mát giời...

- Vâng, chắc mát giới

Hai người nhìn vơ vẩn. Ngọc lại toan đưa bức thư.

- Chú... ạ.

- Dạ.

- Sắn ăn ngon đấy chứ?

- Vâng ngon. Nhưng ông để tôi về chẳng cụ kêu.

- Chú để tôi mang đỡ.

Lan không trả lời, đội bó sắn chạy vùn vụt xuống đồi, để trơ Ngọc đứng lại một mình, buồn bã.

Ngọc chép miệng thở dài, rồi quả quyết lấy bức thư ra xé làm tư, vứt xuống đất.

Chàng về đến cổng chùa, thì chú Lan đi ra có dáng vội vàng hấp tấp. Ngọc buồn rầu chẳng thèm chào hỏi.

Lan chạy một mạch lên đồi sắn. Đến chỗ ban nãy, chú vui cười, mà rằng.

– 여기 있다!

뒤돌아보니 스님은 우엉을 파고 자르는데 사용하는 끝이 뾰족한 칼을 잃어버렸던 것이다. 갑자기 그는 미소를 머금고 혼자 중얼거렸다.

– 선생님의 것인데… 무슨 종이일까?

조심스럽게 보다가 란은 네 조각으로 찢어진 봉투라는 것을 알았다. 한 조각의 종이 위에 두 글씨가 쓰여 있었다.

– "〈티양〉"

갑자기 란은 의문이 생겼다.

– 어떤 티양일까?

란은 앉아서 열심히 봉투 속에 있는 편지조각들을 붙였다.

란의 몸 옆으로 바람이 불어서 우엉 잎을 치는 소리가 삭삭 났다. 보라색 종이 조각들이 날아가려 하자 벽돌로 그것들을 눌러 놓았다.

조금 후에 편지를 다 읽고도 란은 여전히 언덕 위를 서성였다.

바람이 더욱더 사납게 불었다. 란의 옷자락이 날리고 세찬 바람을 맞은 심장은 물결치는 우엉잎처럼 쿵쾅거렸다.

란은 슬픈 마음이 들고 두 뺨에 두 줄기 눈물이 흘러내렸다.

갑자기 절에서 독경과 목탁소리가 들려왔다. 꽉 다문 입술 위에 약간의 미소를 띄고 란은 천천히 내려갔다.

절의 행랑채를 지날 때 란은 문간에서 팔을 괴고 앉아 생각에 잠겨있는 응옥을 흘깃 보았다. 란을 보자 응옥은 고개를 조금 끄덕여 인사했지만 란은 모르는 체 조용하게 발을 옮겨 웃절로 서둘러 올라갔다.

란은 문을 살짝 밀고 발자국 소리를 죽이고 들어가 마치 중죄를 지은 사람이 두려움에 떠는 것처럼 주위를 둘러보며 제단 가까이로 갔다.

- Đây rồi!

Thì ra chú bỏ quên con dao nhọn dùng để đào và chặt sắn. Bỗng chú mỉm cười nói một mình.

- Không biết giấy gì của ông ấy xé thế này.

Nhìn kỹ thì là chiếc phong bì xé ra làm bốn mảnh. Trên một mảnh thấy thoáng có hai chữ.

"<Cô Thi>"

Thốt nhiên ở mồm Lan buột ra câu hỏi.

- Cô Thi nào?

Lan ngồi cặm cụi chắp lại các mảnh thư ở trong phong bì.

Bên ngoài gió thổi xô xát các lá sắn tiếng kêu sạt sạt. Những mảnh giấy tím chỉ chực bay. Lan phải lấy những viên gạch vụn chặn lên trên.

Một lát sau, khi đã đọc xong bức thư, Lan còn thơ thẩn trên đồi.

Gió càng thổi dữ, các tà áo Lan bay phấp phới mà trái tim kia như chịu sức mạnh của cơn gió, cũng phập phồng trong ngực như làn lá sắn nhấp nhô tựa sóng.

Lan buồn nghĩ ngợi, hai bên má có ngấn hai hàng nước mắt.

Bỗng có tiếng mõ tụng kinh ở chùa đưa tới. Một nụ cười kín đáo trên cặp môi, Lan thong thả trở về.

Qua dãy nhà trai, Lan liếc mắt thấy Ngọc ngồi ở ngưỡng cửa buồng, tì hai tay vào má có dáng nghĩ ngợi. Thoáng thấy Lan, Ngọc gật đầu mỉm cười, nhưng Lan vờ như không biết cứ rảo bước đi thẳng lên chùa trên.

Lan sẽ ẩy cửa rón rén bước vào nhìn trước nhìn sau, như người mới phạm một trọng tội mà sợ có kẻ biết sắp tố giác.

절 안에 들어가서 진한 향의 냄새를 맡고 감미로운 독경소리를 들으니 란은 물에 빠진 사람이 막 수면 위로 떠오른 것처럼 안도의 숨을 내쉬었다.

적막하고 고요한 공기가 태연한 모습의 거대한 불상들을 둘러쌌다. 나무로 만든 좌상 위에 가사를 입은 큰스님이 마치 불상처럼 곧게 앉아서 입술만 조금씩 달싹이며 독경을 외고 손으로 목탁을 쳤다.

란은 한동안 서서 눈을 감은 채 양손을 합장하고 마치 그림자처럼 천천히 가볍게 큰스님 뒤로 갔다. 그리고 땅에 꿇어앉아 중얼중얼 염불을 했다.

Vào trong chùa ngửi mùi trầm ngào ngạt, nghe thấy tiếng tụng kinh dịu dàng, Lan tươi cười thở dài, như kẻ ngã xuống sông vừa ngoi lên được mặt nước vậy.

Làn không khí êm đềm tịch mịch bao bọc những pho tượng khổng lồ, nét mặt thản nhiên. Trên bục gỗ, sư cụ khoác áo bốn thân ngồi ngay thẳng như pho tượng, chỉ hơi mấp máy cặp môi và động đậy cánh tay gõ mõ.

Lan đứng sững hồi lâu, nhắm mắt lim dim, hai tay chắp ngực, rồi thong thả nhẹ nhàng như cái bóng, mon men lại sau lưng sư cụ, ngồi xệp xuống đất lâm râm khấn khứa...

Ⅵ

낮에 큰스님이 란을 불렀다.

– 오늘 낮에 너는 차를 따러 가지말고 차와 떡을 가지고 용운사 스님께 감사 인사를 드리고 오너라.

그때 응옥이 나서서 말했다.

– 큰스님, 제가 란 스님과 함께 용운사에 가도록 허락해 주십시오. 제가 듣기에 용운사에는 부처님께 바치는 우물이 있어서 그 물을 마시면 아주 시원하다고 하더군요.

큰 스님은 주저했다.

– 비탈길이 많아서 네가 가기에 피곤할까 걱정이다.

응옥은 웃으며

– 큰스님, 저는 농업학교에서 공부해서 논에 쟁기질도 하고 비탈길도 올라가서 어렵지 않습니다.

– 그럼 그건 네가 알아서 해라.

행랑에 내려갔을 때 응옥은 즐겁게 달려가 란에게 물었다.

– 스님은 제가 함께 가는 것에 동의하세요?

란은 애써 웃음을 머금는 듯 했다.

– 저야 좋지요. 먼길 가는데 심심하지 않잖아요.

그리고 그는 조용히 갈색 주머니 속에 여러가지 것들을 넣고 입구를 조여 묶었다. 응옥이 아주 가까이 다가서자 란은 한 걸음 물러섰다. 응옥은 주머니를 들어 가볍게 어깨 위에 걸쳤다.

Trưa hôm ấy sư cụ gọi chú Lan bảo rằng.

- Trưa hôm nay, chú đừng đi hái chè nữa, ta nhờ mang bánh và chè sang tạ sư ông bên chùa Long Vân.

Ngọc tiến lên thưa rằng.

- Bạch cụ, cho phép cháu cùng đi với chú Lan sang Long Vân. Cháu nghe nói chùa Long Vân có cái giếng thờ, nước uống mát lắm.

Sư cụ ngần ngại.

- Đường nhiều dốc lắm, sợ cháu đi mệt nhọc.

Ngọc cười.

- Bạch cụ, cháu học ở trường Canh Nông, cày ruộng còn được nữa là trèo dốc đã lấy gì làm khó nhọc.

- Cái đó tùy cháu.

Khi xuống nhà trai, Ngọc vui mừng chạy lại hỏi chú Lan.

- Chú có bằng lòng để tôi cùng đi không?

Lan cười gượng.

- Càng hay cho tôi, đi đường xa đỡ buồn chứ sao?

Rồi chú lẳng lặng xếp các thứ vào trong chiếc tay nải nâu, thắt miệng lại. Ngọc lại sát gần, khiến Lan sẽ né người đứng lui ra. Ngọc nhắc tay nải vắt lên vai một cách gọn gàng.

란이 웃으며 말했다.

– 선생님은 아주 가볍게 드시는군요!

응옥이 농담을 했다.

– 계속 쌀가마 지는 일도 했었습니다. 그러니 아주 잘 메지요.

란은 애써 냉담한 표정을 지으며 입술을 물고 눈썹을 찡그리고 마당 밖을 내다보았다. 그러나 매번 엄격함을 지키려던 란은 얼마 안 가서 응옥이 웃고 농담을 하면 따라서 웃고 서로 농담을 했다.

– 쌀가마 짐꾼인 선생님은 매우 약했을 것 같은데요. 절에 오신 첫 날, 짐을 들고 숨이 차서 비탈길에서 무거워하면서 힘들어 하셨는데 쌀가마니를 어깨에 메다니요.

– 스님은 아직도 그 일을 기억하시는군요.

응옥은 미소를 지으며 절에 처음 온 날을 즐거운 마음으로 회상했다. 그리고 속으로 생각했다.

– 그가 나에게 감정이 없다면 어떻게 우리가 처음 만난 날을 자세히 기억하겠는가?

그는 갑자기 두 그루의 '응옥 – 란' 나무를 생각해 내고 바로 물었다.

– 제 방 창문 앞에 두 그루의 응옥란 나무는 스님이 심은 것이지요?

란은 어쩔 줄 몰라하며 대답하지 않았다. 응옥이 다시 말했다.

– 고맙습니다, 스님. 그 나무 이름이 재미있어요. 그렇지 않나요? 정말 뜻이 있는 것 같아요.

란이 대답했다.

– 네, 뜻이 있습니다. 흰색은 옥과 같고 향은 난과 같다는 것입니다.

응옥이 말했다.

Lan cười nói.

- Ông vác nhẹn nhỉ.

Ngọc nói đùa.

- Đi làm phu gạo mãi lại chẳng vác nhẹn.

Lan cố giữ nét mặt lãnh đạm cắn môi, chau mày, ngoảnh nhìn ra ngoài sân. Nhưng lần nào cũng chỉ nghiêm khắc được một lúc rồi thấy Ngọc vui cười nói bông đùa thì chú lại quên bẵng đi mà cũng cười, cũng nói bông đùa với nhau.

- Ông phu gạo này nghe chừng yếu ớt lắm. Hôm mới đến chùa xách có cái va- ly còn thở hồng hộc, leo lên dốc khó khăn nặng nhọc như thế, nữa là vai vác bao gạo.

- Chú nhớ lâu nhỉ?

Ngọc, nét mặt tươi cười, hồi tưởng lại hôm mới tới chùa, trong lòng lấy làm sung sướng. Chàng nghĩ thầm.

- Hắn không có cảm tình với ta sao hắn nhớ kỹ càng cái buổi mới gặp nhau như thế?

Chàng chợt nhớ đến hai cây ngọc lan liền quay lại hỏi.

- Hai cây ngọc lan bên cửa buồng tôi, chú giồng đấy phải không?

Lan luống cuống không trả lời. Ngọc nói luôn.

- Cảm ơn chú nhé! Tên cái cây hay nhỉ. Mà có ý nghĩa lắm.

Lan đáp.

- Vâng, rất có ý nghĩa. sắc trắng như ngọc, hương thơm như lan.

Ngọc cười.

– 또 다른 뜻도 있습니다. 틀림없이 스님은 소설 '니도매'이야기를 아시지요?

란은 얼굴을 돌려 마당을 내다보며 말했다.

– 아니오.

– 스님, 스님이 심어 놓은 두 그루의 응옥 란 나무를 보면서 저는 제가 '니도매'이야기 중의 마이신처럼 여겨져서 향기로운 꽃이 빨리 피도록 아침저녁으로 정성껏 물을 주며 돌보고 있습니다.

란은 두 뺨이 붉어지고 부끄러워서 주머니를 어깨에 메고 재촉했다.

– 선생님, 그만 가시지요.

두 사람은 조용히 함께 걸어갔다. 어느 누구도 더이상 아무 말도 꺼내지 않았다.

언덕 꼭대기에 이르러서 보니 반대편 아래쪽의 풍경은 완전히 달랐다. 벼를 다 자르고 난 논의 모습은 볼 수 없고 단지 사탕수수 밭과 고구마 밭이 펼쳐져 있을 뿐이었다. 두 사람은 서로 말은 하지 않았으나 시원한 그늘을 만났기 때문에 함께 서서 경치를 즐겼다.

한참을 가다가 두 사람은 갑자기 개울 앞에서 멈추었다. 아래에는 하얀 모래무지 사이로 맑은 물줄기가 졸졸졸 흐르고 있었다. 개울가에는 몇 그루의 늙은 소나무 아래로 오후의 바람이 불고 마른 소나무 잎새가 조금씩 개울에 떨어져 물줄기를 따라 흘러가고 있었다.

- Còn ý nghĩa khác nữa kia. Chắc chú cũng biết truyện Nhị Độ Mai?

Lan quay nhìn ra sân đáp.

- Không.

- Chú ạ, đối với hai cây ngọc lan của chú, tôi sẽ là chàng Mai sinh trong truyện Nhị Độ Mai, sáng chiều nào cũng xin chăm nom vun tưới cho chóng nẩy nở hoa thơm.

Lan hai má hồng hồng ngượng nghịu vắt tay nải lên vai giục bạn.

- Thưa ông ta đi thôi.

Hai người lẳng lặng cùng đi không ai nói năng chi nữa.

Ở một ngọn đồi, xuống phía bên kia, phong cảnh khác hẳn, không thấy cánh đồng lúa còn chân rạ nữa, mà chỉ nhan nhản những nương khoai, vườn mía. Hai người không bảo nhau mà cùng đứng lại ngắm cảnh, nhất là vì chỗ ấy lại có bóng mát.

Đi một quãng nữa, bỗng hai người phải dừng lại ở trước một cái suối, dưới có rạch nước chảy róc rách trong veo, trong lòng cát trắng. Bên bờ suối có mấy gốc thông già, gió chiều hiu hắt, lá thông khô lác đác rơi xuống suối rồi theo dòng nước trong trôi đi. Hai người lặng yên nhìn nhau.

란이 응옥에게 말했다.

– 아휴, 큰일났어요. 제가 길을 잘못 들었어요.

응옥은 무슨 까닭인지 몰라서 물었다.

– 그러면 어떻게 하지요?

– 돌아가는 수밖에 없지요. 어떻게 이 개울을 건너겠어요.

– 한 걸음도 채 안되는 너비인데 뭐 못 건널게 있겠어요.

응옥은 이렇게 말하며 아주 가볍고 간단하게 저쪽 개울가로 건너뛰었다. 란이 웃었다.

– 스님, 주머니를 저에게 주세요.

– 왜요?

– 그냥 주세요.

– 그럼…여기요.

응옥은 주머니를 받아서 재빠르게 저쪽 편 개울가로 건너 뛰어 땅에 내려놓고 란을 보며 웃었다. 란은 놀라서 물었다.

– 그러면 저는요?

응옥은 웃음을 억지로 참으며 말했다.

– 제가 스님을 업어드리지요.

란은 놀라서 움찔거렸다.

– 아이고, 어떻게 그렇게 해요?

응옥은 태연하게

– 괜찮아요. 정말 괜찮아요.

란은 침착한 모습으로

Lan bảo bạn.

- Thôi, nguy rồi. Ta đi nhầm đường rồi.

Ngọc ngơ ngác hỏi.

- Bây giờ làm thế nào?
- Chỉ có một cách là đi vòng lại, chứ nhảy qua sao được cái suối này.
- Rộng chưa đày một thước thì làm gì mà không nhẩy qua được?
- Ngọc vừa nói, vừa nhẩy sang bờ bên kia, rất gọn ghẽ, nhẹ nhàng. Lan cười.
- Chú đưa tay nải cho tôi.
- Đưa làm gì?

Chú cứ đưa đây.

- Thì đây.

Ngọc lại nhảy thoắt sang bên kia, đặt cái tay nải xuống đất đứng nhìn Lan cười, Lan ngạc nhiên hỏi.

- Thế còn tôi?

Ngọc cố nhịn cười, bảo Lan.

- Hay chú để tôi cõng?

Lan giẫy nẩy người.

- Ấy chết. sao lại thế?

Ngọc nghiễm nhiên.

- Được mà, không hề gì mà.

Lan làm mặt điềm tĩnh.

– 선생님은 그곳에서 좀 쉬고 계세요. 제가 저쪽 언덕으로 돌아서 갈게요.

란은 말을 하면서 발걸음을 옮겼다. 응옥은 재빨리 건너 뛰어와서 붙잡았다.

– 내가 좋은 방법을 생각해 냈어요.

– 무슨 방법인데요?

– 제가 저쪽 건너편에 가서 스님이 잘 건너실 수 있도록 손을 내밀면 스님이 건너오세요.

란은 잠깐 생각하고는 혀를 찼다.

– 그렇게 한번에 뛰면 넘어져요.

– 전혀 그렇지 않아요. 스님, 걱정 마세요.

응옥이 저쪽 편으로 건너가서 손을 내밀었다. 란은 조금 주저하다가 비로소 그의 손을 잡았다. 응옥이 말했다.

– 스님, 꽉 잡아요. 자, 빨리! 내가 끌어당길게요…

란은 눈을 감고 건너뛰었다. 응옥이 세게 잡아 당겨 스님은 균형을 잃고 그의 가슴에 쓰러졌다. 란은 수줍어서 머리를 숙이고 주머니를 집어서 어깨에 메고 즉시 걸어갔다.

응옥은 미소를 짓고 자신에게 말하는 듯이 말했다.

– 스님 손이 아주 예쁘네요. 아가씨 손처럼 작고 부드러워요.

란은 대답하지 않고 손가락을 펴서 왼쪽을 가리키며 응옥에게 말했다.

– 저기가 용운사입니다.

- Thôi ông đợi đấy, nghỉ chân, để tôi đi vòng sang đồi kia.

Miệng nói, chân bước, Ngọc vội nhảy sang bên này giữ lại.

- Tôi nghĩ ra cách này rồi.

- Cách gì?

- Tôi sang bên kia, đưa tay cho chú nắm, rồi lôi chú sang.

Lan ngẫm nghĩ một lát rồi sẽ tắc lưỡi.

- Thôi cũng liều, ngã chết thôi.

- Không hề gì đâu, chú đừng sợ.

Ngọc nhẩy sang bên kia, đưa tay ra. Lan ngần ngừ một lúc mới dám nắm tay. Ngọc nói.

- Chú cứ giữ chặt... chẩy đi... tôi kéo...

Lan nhắm mắt, nhảy liều. Ngọc kéo mạnh quá thành chú ngã ngay vào lòng mình. Lan bẽn lẽn vội cúi xuống cầm tay nải đặt lên vai đi liền.

Ngọc cười mủm mỉm, như nói một mình.

- Tay chú xinh quá, nhỏ và mát như tay con gái.

Lan không trả lời, trỏ tay về phía bên trái bảo Ngọc.

- Chùa Long Vân kia rồi.

두 사람은 돌아돌아 언덕을 두개나 넘고도 30분 정도 더 올라가서 절에 도착했다. 란은 길을 기억하고 있어서 응옥을 데리고 절의 객사 안으로 곧장 들어가 그를 긴 의자에 앉도록 하였다. 물건들을 책상 위에 펼쳐놓고 서둘러 대웅전으로 갔다. 잠시 후에 란은 주지스님을 모시고 왔다. 주지스님은 제례가 있던 날 용강사에서 응옥을 한번 만났었기 때문에 반갑게 인사했다.

– 나무아미타불. 아주 귀한 손님이 오셨군요. 그렇게 먼데도 관(서양 학문을 공부한 사람을 높여서 부르는 말)은 어려움을 무릅쓰고 찾아 주셨군요.

한동안 얘기를 하고 나서 스님은 고개를 돌려 란에게 말했다.

– 스님은 찬방에 가서 꿔 스님이 오늘 드실 만한 식사를 준비했는지 보세요.

응옥은 급히 말을 했다.

– 괜찮아요, 큰 스님. 저희는 늦기 전에 돌아가야 합니다.

– 안됩니다. 관께서 우리 절을 찾아오시는 일이 거의 없는데 어떻게 식사도 한끼 대접해 드리지 않겠습니까. 꼭 함께 식사를 하시도록 청해야겠습니다. 다른 때는 실제로 절의 식사가 소금에 절인 김치밖에 없어서 감히 관을 붙잡을 수도 없습니다. 그러나 오늘 마침 끄우 부인이 절상을 차려 올렸습니다. 그래서 감히 관을 식사에 초대하는 것입니다.

응옥이 란을 보고 묻기를

– 큰스님이 식사를 하고 가라고 하시는데 스님은 어떻게 생각하세요?

란은 계속 부끄러워하며 더듬더듬 말했다.

Hai người đi quanh co, vòng hai trái đồi nữa thì nửa giờ sau trèo tới chùa. Lan thuộc lối đưa Ngọc đi thẳng vào nhà trai, mời chàng ngồi ở trường kỷ, bày các phẩm vật lên bàn rồi vội vã xuống nhà tổ, Lan theo sư ông đi lên. Sư ông đã gặp Ngọc ở Long Giáng hôm đàn chay nên vui mừng chào hỏi.

- Nam- mô- a- di- đà Phật! Quí hóa quá. Xa xôi thế mà quan Tham cũng chịu khó sang thăm.

Nói chuyện một lát, sư ông quay lại bảo Lan.

- Chú xuống nhà xem cơm nước chú Quỳ chú ấy sửa soạn có ăn được không.

Ngọc vội đỡ lời.

- Thôi, sư ông cho chúng tôi về kẻo tối.

- Không được. Chả mấy khi quan đến vãn cảnh bản am, thế nào cũng phải mời quan xơi bữa cơm chay. Lúc khác thì thực không dám giữa quan ở lại vì cơm nhà chùa muối dưa thanh đạm chả có gì. Nhưng hôm nay vừa có bà Cửu biếu một mâm cỗ chay, nên mới dám mời quan...

Ngọc nhìn, hỏi.

- Sư ông cho ăn cơm, chú nghĩ sao?

Lan ngượng nghịu, mãi mới ấp úng trả lời.

– 관님, 큰스님이 귀하게 여기는 마음을 가지시고 관이 식사를 하고 가시도록 붙잡으시니 승락하시는 것이 좋을 듯합니다. 시간은 아직 이릅니다.

응옥은 란이 자신을 관이라고 부르는 것을 보고 웃음을 참을 수 없었다. 큰 스님도 따라 웃었다. 그리고는 아마도 서양학을 공부한 젊은 사람들을 그렇게 여기는 것으로 생각했다.

한참 후에 뀌 스님은 붉은 칠을 한 네모진 나무 상을 양손에 들고 왔다. 상위에는 두 그릇의 국과 절의 음식으로 고기를 넣지 않은 '지오(원래는 돼지고기 요리이나, 콩류를 갈아 찧어서 둥글게 만들어 잎으로 싸서 삶은 요리)', '짜(원래는 돼지고기로 만드는 요리이지만 여기서는 콩류를 다져서 완자모양으로 만들어 튀긴 것)', '냄(베트남식 만두로 여기서는 콩류와 각종 야채를 잘게 썰어서 쌀피에 싸서 튀긴 요리)' 등이 있었다. 아주 잘 차려진 상차림이었다.

응옥과 주지스님이 등받이 의자에 앉아서 막 젓가락을 집는데 갑자기 날씨가 어두워지고 바람이 사납게 불었다. 검은 구름이 아주 빨리 몰려오고 돌 모래가 소리를 내며 여기저기서 날아 왔다. 주지스님은 얼른 일어나 두 동자승과 함께 문을 닫고 등불을 켰다. 절의 행랑은 마치 밤의 풍경 속으로 들어간 듯 했다.

바깥에는 바람이 더욱더 세게 불고 비가 물을 퍼붓듯이 쏟아지고 하늘이 갈라지고 땅이 쪼개지는 듯 천둥번개가 쳐서 응옥과 주지스님의 이야기는 모두 묻혀버렸다. 란 스님은 서서 식사 시중을 하면서 두 사람이 이야기하는 것을 보고 그들이 서로 속삭이는 것처럼 상상했다.

- Thưa quan, sư ông tôi đã có lòng quý mến giữ quan lại xơi cơm thì quan nên nhận lời, giời cũng hãy còn sớm.

Ngọc thấy Lan gọi mình là quan thì không nhịn cười được, khiến sư ông ngơ ngác nhìn không hiểu. Rồi sư ông cũng mủm mỉm cười, cho rằng cánh Tây học họ vẫn trẻ con như thế.

Một lúc lâu chú Quỳ bưng lên một cái mâm gỗ vuông sơn son trong có hai bát nấu, có giò, chả, nem, trông rất long trọng.

Ngọc và sư ông ngồi xuống ghế ngựa sắp cầm đũa thì bỗng trời tối sập lại, gió thổi dữ dội, mây đen kéo đến mau, cát sỏi bay tứ tung. Sư ông vội đứng dậy cùng hai chú tiểu đóng hết các cửa lại, rồi thắp đèn lên, trong nhà trai như ở vào trong cảnh ban đêm vậy.

Bên ngoài gió thổi càng mạnh, rồi mưa đổ xuống như trút nước. Gió mưa sấm sét ầm ầm tựa hồ như trời long đất lở, át cả câu chuyện của Ngọc và sư ông. Chú Lan đứng hầu cơm, ngắm hai người nói chuyện tưởng tượng như họ nói thầm với nhau.

식사를 마치자 날씨는 이미 어두워졌지만 비는 여전히 그치지 않았다. 그때 주지스님은 툇마루를 둘러서 대웅전에서 석유 램프를 가지고 와서 응옥에게 말했다.

– 관이 우리 절에 오시기가 쉽지 않은데 날씨 또한 관을 붙잡으려는 듯 궂으니 정말 이 승려에게는 행운입니다. 관께서는 하루 밤 묵었다가 내일 아침 일찍 용강사로 돌아가시지요.

그리고는 란을 보고 말했다.

– 란 스님은 옆에 있는 객관에 가서 자리를 깔고 관이 쉴 수 있도록 모기장을 치세요.

응옥은 긴 숨을 쉬고 하늘을 바라보았다. 란은 큰 스님 말대로 방에 들어가서 준비를 하였다.

한밤중이 되자 비가 그쳤다. 절은 모두 잠에 빠져들었다. 응옥과 란은 여전히 절의 행랑 툇마루에 앉아서 슬픈 생각에 잠겨 있었다.

하늘은 마치 물로 씻은 듯 맑게 개었다. 언덕 위에는 떡조각이 걸린 것처럼 상현달이 떠 넓은 절 안을 밝게 비췄다. 마당에 남아있는 물자욱들은 마치 큰 거울조각처럼 달빛에 반사돼 빛을 발했다.

갑자기 응옥이 란에게 물었다.

– 스님은 쓸쓸하지 않으세요?

– 아니요. 저는 조금도 쓸쓸하지 않습니다.

– 그런데 저는, 저는 아주 쓸쓸합니다. 누군가를 그리는 것처럼 몹시 그리워 하는 것처럼 마음이 여기저기 쓸쓸합니다. 아마 제가 우리 절에서 멀리 떨어져 있기 때문일까요?

달빛 아래 두 사람은 서로 옆에 앉아 있었다.…

Cơm nước xong, trời đã nhá nhem tối, mưa vẫn không ngớt. Lúc bấy giờ sư ông ở nhà tổ đi vòng hiên, thân hành cầm lên một cây đèn dầu tây, và nói với Ngọc rằng.

- Chả mấy khi quan Tham lên chơi, trời lại đổ mưa xuống để giữ hộ thức là may mắn cho bần tăng quá. Thôi, xin mời quan đi nghỉ để mai dậy sớm về Long Giáng cho mát.

Rồi quay lại bảo Lan.

- Chú Lan làm ơn sang phòng khách bên cạnh giải chiếu và bỏ màn để quan Tham đi nghỉ.

Lan vâng lời vào buồng sửa soạn, còn Ngọc thì chỉ thở dài, nhìn trời.

Mãi đến khuya mới tạnh. Cả chùa đã yên giấc, mà Ngọc và Lan vẫn ngồi thơ thẩn ở hiên nhà trai, buồn rầu nghĩ ngợi.

Da trời như dội lượt nước, trong vắt một màu. Trăng thượng tuần hình như chiếc bánh bẻ treo lủng lẳng trên đồi. Những vũng nước đọng ở sân phản chiếu ánh trăng lấp lánh như những mảng gương lớn.

Thốt nhiên, Ngọc hỏi Lan.

- Chú có buồn không?

- Thưa ông, không. Tôi không buồn chi hết.

- Còn tôi thì buồn lắm, buồn vơ buồn vẩn như nhớ ai, nhớ vơ vẩn. Có lẽ vì tôi xa cách chùa của chúng ta chăng?

Dưới ánh trăng, hai người ngồi cạnh nhau...

란은 몸을 떨었다. 응옥이 물었다.

– 스님, 낯설고 먼 경치는 제 머리 속에 특별한 생각, 이별에 대한 생각을 불러 일으킵니다. 저로 하여금 절에서 떠나야 할 날, 스님과 멀어져야 할 날에 대해 생각하게 합니다.

란은 조용히 밝은 달 그림자 아래 입술을 약간 열고 미소지었다.

두꺼비 한 마리가 물 웅덩이로 뛰어들었다.

란은 놀라 일어나서 응옥에게 말했다.

– 그만, 선생님 가서 쉬셔야지요.

응옥도 일어섰다. 주위를 둘러보니 아무도 없고 절의 행랑으로부터 대웅전까지 아주 조용했다. 그는 마치 정신이 나간 듯이 란의 손을 잡았다.

– 그래요. 우리 그만 들어가서 잡시다. 내일 일찍 일어나면 틀림없이 쓸쓸함도 가실 거예요.

란은 몹시 긴장했지만 애써서 침착한 모습을 보이며 천천히 말했다.

– 네, 선생님 방에 들어가서 쉬세요. 저는 절의 행랑방에서 잘게요.

– 무슨 말씀이세요! 두 사람이 함께 와서 낯선 곳에 한 침상에 누워 얘기하면 즐겁지요. 바깥에서 자면 모기에게 물려요.

– 선생님, 제 맘이 편치 않아요. 주지스님이 아시면 스님이 몹시 야단치실 겁니다.

Lan rùng mình, Ngọc lại nói.

- Chú ạ, cái cảnh xa lạ gợi trong tâm trí tôi những tư tưởng đặt biệt, chia rẽ... Khiến tôi nghĩ tới ngày tôi phải rời chùa, phải xa chú.

Lan im lặng hé cặp môi cười với bóng trăng trong.

Một con cóc nhảy vào vũng nước.

Lan giật mình đứng dậy bảo Ngọc.

- Thôi, mời ông đi nghỉ.

Ngọc cũng đứng dậy nhìn quanh mình không có ai, từ nhà trai đến nhà tổ im phắc như tờ. Chàng liền như điên cuồng, nắm lấy tay Lan.

- Ừ, phải đấy, Chúng ta đi ngủ, mai dậy sớm chắc hết buồn.

Lan tuy sợ hãi, nhưng cố làm cho ra vẻ bình tĩnh, thong thả nói.

- Vâng, mời ông vào buồng an nghỉ. Tôi xin ngủ ở ngoài nhà trai này.

- Vẽ, Đi có hai người, ở nơi xa lạ, nằm cả một giường nói chuyện cho vui, ngủ ở ngoài muỗi nó tha đi.

- Thưa ông, không tiện, sư ông biết ngài quở chết.

그때 두 사람은 달빛이 있는 곳까지 이르렀다. 응옥의 얼굴을 흘깃 보니 표정이 몹시 굳어 보였다. 란은 몹시 두려워하여 손을 뿌리치고 도망치려 했다. 그러나 응옥이 손을 꽉 잡고 놓아주질 않았다. 두 사람은 서로 밀고 당기다가 결국 란의 윗옷 단추가 모두 뜯어지고 옷자락이 젖혀졌다. 응옥은 갑자기 외마디 소리를 지르고 붙잡고 있던 란의 손을 놓고 말았다. 그리고 그는 란의 가슴에 묶은 갈색의 천을 얼핏 보았다.

란은 애써 숨을 고르고 아무렇지 않은 듯한 표정을 지으며 웃었다.

– 아이고! 너무해요. 관께서는 아주 어린아이 같군요. 무슨 일로 이 수행자를 그렇게 잡아 당기세요?

응옥은 후회하며 평정을 찾으려고 애썼다. 그는 모르는 체 하고 대답했다.

– 스님도 역시 어린아이 같아요. 계속 나를 관이라고 부르잖아요. 이제 농담은 그만하고 밤이 너무 늦지 않도록 우리 자러가요.

– 네. 선생님 먼저 가서 쉬세요. 저는 아래 내려가서 뀌 스님에게 일을 한가지 일러주고 오겠습니다.

란은 발을 옮겨 재빨리 마당을 지나갔다.

응옥은 앉아서 란을 걱정하며 이리저리 둘러보고 기다렸다. 십오 분 정도 지났는데도 여전히 란이 돌아오는 것이 보이지 않았다. 응옥은 바로 마당으로 나가 아까 란이 간 길을 따라 가다가 나무 빗장을 세워 놓은 문에 이르렀다. 어떻게 할까 망설이다가 그는 머리를 숙이고 보니 문을 묶는 줄이 달린 빗장이 바깥으로 떨어져 있고 문을 지탱하기 위해 사용하는 대나무 막대도 제자리에 세워져 있지 않았다. 마른 대나무 울타리로 엮은 문을 자세히 보니 정말 누군가 밖으로 나가기 위해 막 길을 낸 흔적이 있었다.

Lúc ấy hai người tới chỗ có ánh trăng. Lan liếc mắt nhìn nút mặt Ngọc thấy dữ tợn lắm, kinh hoảng dựt tay toan chạy, chẳng may Ngọc nắm chặt quá, vì thế người lôi đi kẻ lôi lại, áo dài, áo ngắn của Lan đều tuột cúc trễ vạt ra, Ngọc bỗng kêu rú lên một tiếng, buông tay Lan ra. Chàng vừa thoáng trông thấy ngực Lan quấn vải nâu.

Lan đứng lại thở, cười gượng.

- Gớm, quan trẻ con quá. Làm gì mà lôi kéo kẻ tu hành này thế?

Ngọc hối hận, cố trấn tĩnh, cũng vờ làm như không biết gì trả lời rằng.

- Chú cũng trẻ con quá. Cứ gọi mãi người ta là quan. Nhưng thôi, đừng đùa nữa, ta đi ngủ chẳng khuya quá rồi.

- Vâng, xin mời ông đi ngủ trước, tôi xuống qua nhà dưới dặn chú Quỳ một điều.

Miệng nói chân đi, Lan vùn vụt xuống sân.

Ngọc ngồi chờ Lan nóng lòng sốt ruột mong ngóng. Vào khoảng mười lăm phút sau, vẫn không thấy Lan trở lại. Ngọc liền cũng xuống sân theo lối Lan đi ban nãy, lang thang tới một cái cổng chống. Nghĩ lẩn mẩn thế nào, chàng cúi xuống nhìn, thì cái chốt có dây buộc rời ra ngoài mà cả cái cây tre dùng để chống cũng không đặt vào cọc. Nhìn tới cánh cổng rào khô thì quả là ai vừa lách để ra ngoài.

응옥은 더이상 의심하지 않았다. 란이 겁이 나서 막 도망을 간 것이다. 그때 그는 몹시 후회하며 자신에게 말했다.

'그래, 그가 여자라는 것을 애써서 찾아낸들 무슨 소용이 있는가? 그대로 두면 좋았을 것을 이렇게 알게 되었으니 앞으로 장차 어떻게 할까… 왜 그때 내가 그렇게 사납게 굴었을까? 이제 내가 할 수 있는 것은 그가 그냥 절에 남을 수 있도록 그의 비밀을 지키는 것뿐이다. 그에게 비밀을 지키겠다고 맹세하고 내일 하노이로 돌아가자. 가슴 아프지만 잊어야만 한다.'

달 그림자가 서쪽으로 기울어졌다. 달빛이 희미했다. 풀과 나무들이 여전히 오후의 빗물에서 벗어나지 못한 채 흠뻑 젖어있었다. 멀리 있는 언덕들은 마치 큰 거북들이 누워서 달을 바라보는 듯했다. 그러나 응옥은 경치에 대해 생각할 겨를도 없이 마치 도둑이 쫓아오는 사람을 두려워하여 도망가는 것처럼 머리를 숙이고 걸음을 재촉했다.

한참을 가다가 응옥은 언덕 꼭대기에 사람의 그림자가 어른거리는 것을 보았다. 란이 틀림없을 거라고 생각했다. 그는 두번 다시 생각해 볼 겨를도 없이 그쪽으로 내달렸다. 과연 그 그림자는 란이었다. 등뒤에 달려오는 사람의 발소리를 듣고 란은 소리가 나는 쪽으로 고개를 돌렸다. 란은 응옥을 보고 외마디 소리를 질렀다. 혼비백산해서 길가에 있는 소나무 구석으로 쓰러졌다. 응옥은 서둘러 무릎을 꿇고 란을 일으켜 세우며 최대한 부드럽고 정중하게 말하려고 노력했다.

Ngọc không còn ngờ gì nữa. Lan sợ hãi vừa đi trốn. Lúc bấy giờ chàng hối hận vô cùng, nói một mình.

"Đó, cố tìm cho biết hắn là gái, phỏng có lợi ích gì? Để vậy còn thú chứ thế này thì không biết chừng... Không biết sao mình lúc ấy lại hung tợn đến thế? Thôi mỗi cái ta theo giữ hắn ở lại, thề với hắn rồi mai về Hà Nội cố quên câu chuyện, câu chuyện cảm động... đau đớn."

Bóng trăng đã xế về tây, chiếu ánh lờ mờ, các cây cỏ hãy còn đầm đìa nước mưa ban chiều. Những đồ xa, trông như đàn rùa khổng lồ nằm vọng nguyệt. Nhưng Ngọc chẳng nghĩ gì tới phong cảnh, cứ cắm cổ bước mau như một tên ăn trộm sợ có người đuổi, đi trốn.

Đi một quãng, Ngọc nhìn đằng trước mặt ngay trên đỉnh một cái đồi, thấp thoáng có bóng người in lên da trời. Chàng chắc chắn lắm rồi, cắm đầu chạy một mạch tới ngọn đồi. Quả thật cái bóng ấy là Lan. Lan nghe có tiếng người chạy thình thịch sau lưng, quay cổ lại gặp Ngọc thì kêu rú lên một tiếng, rồi ngất, người ngã gục xuống gốc cây thông bên đường. Ngọc vội quỳ xuống nâng dậy mà ngọt ngào nói rằng.

– 란, 걱정 마세요. 저는 관음보살의 자비심을 따르기를 청합니다. 저는 제가 풍류객이 아님을 란에게 맹세합니다. 란, 정신차리세요. 저는 몇 마디 이야기를 나누고 내일 란과 이별하고 하노이로 돌아갈 것입니다.

란은 갑자기 눈을 번쩍 떴다. 조금씩 두 눈에 흐르는 눈물이 달빛에 반짝였다. 응옥은 농담을 던졌다.

– 그만, 여승께서는 용서해 주시지요.

그제야 란은 완전히 정신을 차린 듯 일어나 앉아 눈물을 닦으며 말했다.

– 네, 저는 여자입니다. 선생님께 끝까지 이 일을 숨길 수 없는 줄은 알았지요. 그러나 왜 제가 남장을 해야만 했는지 아직 선생님께 말할 수 없어요. 단지 선생님께 이 불쌍한 수행자, 이 수행자를 놓아주시라는 것을 부탁드릴 뿐입니다.

응옥은 한숨을 쉬었다.

– 니꼬(여승)님, 니꼬께서는 주저하지 마십시오. 사실대로 말씀드리면 저는 니꼬를 사랑합니다. 제가 니꼬가 남자라고 생각했던 때, 바로 그때부터 사랑했어요. 니꼬는 총명함과 아름다운 용모를 지닌 사람입니다. 그러니 어느 누구도 사랑하지 않을 수 없을 거예요.

– …아마도 부처님께서는 우리 죄를 용서하실 거예요. 아마 니꼬님도 한두번은 역시 감동하셨을 거예요.

응옥은 이렇게 말하면서 란을 보았다. 란은 흐느껴 울었다.

- Lan không sợ, tôi xin viện lòng từ bi của đức Quan Âm, tôi thề với Lan rằng tôi không phải là hạng gió trăng bậy bạ. Lan tỉnh dậy, tôi nói câu chuyện, rồi mai tôi xin từ biệt Lan, tôi về Hà Nội.

Lan mở bừng mắt nhìn, dơm dớm hai giọt lệ lấp lánh dưới ánh trăng. Ngọc lại nói đùa.

- Thôi, xin ni cô tha cho.

Lan lúc ấy đã tỉnh hẳn, ngồi dậy lau nước mắt mà rằng.

- Vâng, tôi là gái. Tôi biết thế nào cũng chẳng giấu nổi ông. Nhưng còn câu chuyện vì sao tôi phải cải trang, thì tôi chưa thể lộ tân can cùng ông được. Chỉ xin ông buông tha kẻ tu hành này, kẻ tu hành khốn khổ này ra mà thôi.

Ngọc thở dài.

- Thưa ni cô, ni cô không ngại. Tôi xin thú thực với ni cô, rằng tôi yêu ni cô, tôi yêu ngay từ lúc còn tưởng ni cô là trai. Ni cô là một người thông minh đĩnh ngộ, xinh đẹp như thế thì ai lại không yêu được...

- Mà lấy Phật tha thứ cho, có lẽ ni cô cũng đôi lần cảm động...

Ngọc vừa nói vừa nhìn Lan, Lan nức nở mà rằng.

– 저에게는 남은 것이 없었어요. 단지 죽음만이… 만약 제가 왜 남장을 하지 않으면 안 되었는지, 어떻게 불문에 귀의하지 않으면 안 되었는지 선생님께 모두 말씀드린다면…. 그러나 저는 그 비밀을 죽을 때까지 마음속에 담고 있을 거예요.

– 니꼬, 너무 심각하게 생각하지 마세요. 니꼬, 니꼬는 저를 니꼬를 위해서 모든 것을, 행복과 아마도 절망적일 나의 사랑까지도 희생할 수 있는 진실한 친구로 여기시면 돼요.

– 네, 만약 선생님이 그와 같은 군자의 마음을 가지고 계신다면 저에게는 그 이상의 기쁨이 없어요. 희생을 알아야만 우리 인생에 비로소 높고 숭고한 뜻이 있음을 알 수 있어요.

– 네, 니꼬…

– 선생님, 선생님은 계속 저를 전처럼 동자승으로 불러주세요. 왜냐하면 불문에 출가한 사람은 단지 수행자일 뿐 비록 여자나 남자나 모두 같다고 제가 선생님께 말씀 드렸지요? 또한 선생님이 계속 저에게 니꼬라고 그렇게 농담으로 부르면 용강사에 돌아가서도 입에 익숙해진 그 말이 나올까 겁이나요. 선생님은 이 수행자에 대해서 단지 한 사람의 자비심을 가진 친구라고 약속하셨으므로 선생님은 약속을 지키셔서 원치 않는 일을 하지 않으실 거라고 믿습니다.

응옥은 즉시 말했다.

– 우리 둘을 위해서.

란은 눈썹을 찡그리고 힐책했다.

– 그 말씀, 선생님 또 반은 농담이지요? 자비하신 친구 선생님.

- Tôi chỉ còn.. có một cái chết. Nếu tôi có thể thổ lọ can trường cho ông biết vì sao tôi phải cải trang, vì sao tôi phải quy y đầu Phật. Nhưng sự bí mật ấy, thì tôi xin nhất định sống để dạ, chết mang đi.

- Ni cô chả nên nghĩ ngợi, ni cô nên coi tôi là một người bạn thành thực có thể vì ni cô hy sinh hết mọi sự, cho đến cả hạnh phúc của tôi, cho đến cả tấm ái tình của tôi, tấm ái tình có lẽ tuyệt vọng của tôi.

- Vâng, nếu ông có lòng quân tử như thế thì còn gì sung sướng cho tôi hơn nữa. Phải biết hy sinh thì đời ta mới có nghĩa cao thượng.

- Thưa ni cô...

- Thưa ông xin ông cứ gọi tôi là chú như trước, vì tôi đã thưa cùng ông nhiều lần rằng người đã xuất gia đầu Phật chỉ là một kẻ tu hành, dù là gái hay là trai cũng vậy. Vả nếu ông cứ gọi đùa tôi là ni cô như thế sợ khi trở về Long Giáng ông quen mồm đi... Ông đã hứa rằng đối với kẻ tu hành này, ông chỉ là một người bạn từ bi, thì ông giữ lời cho, đừng để xảy ra sự không may cho...

Ngọc nói luôn.

- Cho đôi ta.

Lan chau mày, trách.

- Ấy đấy, ông lại cợt nhả rồi, thưa ông bạn từ bi.

– 니꼬님, 아니 스님… 저를 용서하십시오. 제가 너무 기뻐서 실수했어요. 나의 행복… 만약 인생의 목적이 행복을 찾는데 있다면 저는 이미 목적을 이루었습니다.

– 이미 목적을 이루셨다면 거기서 멈추세요. 한 발짝도 더 내딛지 마십시오.

– 그러나 석가모니께서 중생의 영혼을 열반에 이르게 하고 인류에게 행복을 찾아주기 위해서 출세하셨다면, 저는 열반에 이르기를 조금도 원하지 않고 이 소나무 아래 발을 멈추어 그냥 이렇게 스님과 함께 하길 청합니다.

란이 즉시 일어나서 엄숙하게 답했다.

군자는 약속의 말을 지켜야 합니다. 특히 그 약속은 또한 맹세의 말입니다.

응옥 역시 일어났다. 이지러진 달이 마른 풀의 이슬방울에 반짝였다. 두 사람은 서로 바라보았다. 언덕 아래 마을은 편안한 잠에 빠진 듯 평온했다. 나무들은 희미하게 검은색을 띠고 작은 강줄기만 달빛아래 마치 한 폭의 실크를 펼쳐놓은 듯 어른거렸다. 그리고는 멀리 안개 속으로 숨었다. 갑자기 마을 아래에서 한밤중에 닭 우는 소리가 났다. 란은 놀라서 중얼거렸다.

– 2년 전에 만났더라면…

– 그러면 지금은 너무 늦었단 말인가요?

– 너무 늦었어요. 제가 부처님 앞에 맹세를 했기 때문에 죽더라도 저는 그 맹세를 지켜야 해요. 제 인생에는 더이상 남은 것이 없어요. 모든 것이 미미한 것일 뿐입니다.

- Thưa ni cô, thưa chú... xin chú tha thứ cho, tôi sung sướng quá, nên tôi lỡ lời. Hạnh phúc của tôi... nếu mục đích đời người là tìm hạnh phúc thì tôi đã tới mục đích rồi.

- Nhưng đi tới rồi nên dừng lại, chớ bước thêm một bước nữa.

- Mà nếu đức Thích Giá xuất thế để tìm hạnh phúc cho nhân loại và đưa linh hồn chúng sinh tới cõi Nát Bàn, thì tôi xin dừng chân ở gốc cây thông này, chứ chẳng muốn đi đến Nát Bàn làm gì.

Lan đứng phắt dậy, nghiêm trang đáp lại.

- Người quân tử phải giữ lời hứa, nhất là lời hứa ấy là một lời thề.

Ngọc cũng đứng dậy. Hai người nhìn nhau, bóng trăng khuyết rọi đầu cành, lá thông thưa nhặt, cỏ xơ xác mặt đồi lấp lánh giọt sương. Hai người nhìn nhau. Dưới chân đồi làng mạc ngủ yên, cây cối lờ mờ đen, dòng sông con thấp thoáng dưới bóng trăng như một dải lụa trắng, rồi xa xa thì lẫn với sương mù. Bỗng có tiếng gà gáy nửa đêm dưới xóm. Lan giật mình lẩm bẩm.

- Nếu gặp nhau hai năm trước...

- Vậy, bây giờ muộn quá rồi hay sao?

- Muộn quá rồi. Vì tôi đã thề trước Phật Tổ thì đến chết tôi cũng giữ lời thề. Đời còn chả tiếc tiếc gì một sự cỏn con... nhỏ nhen.

– 사랑도… 스님은 하찮은 것이라 생각하십니까?

– 작고 작지요. 만약 박애의 마음에 비유하면 부처님은 중생을 구제할 자비의 마음 때문에 아내와 자식과, 아버지와 어머니와 헤어져서 사방을 헤매시다가 속세의 사람들을 위해서 해탈의 방법을 찾으셨지요. 그러니 선생님께서도 자비의 마음으로 마음 속에서 란, 티라는 이름을 지워버리세요. 그리해야 선생님은 한 목숨을 구하고, 한 영혼을 건지실 수 있으세요. 인생에는 단지 자비의 마음만이 가치가 있는 것입니다.

응옥은 마음속으로 생각하고 결정적으로 말했다.

– 네, 저는 스님의 금옥같은 말을 따라 가려고 합니다. 그래서 지금 의심을 피하기 위해서 우리는 용운사로 돌아가야 해요. 저는 저 이외에 어느 누구도 스님의 비밀을 알게 하지 않을 것이라고 서약합니다.

두 사람은 조용히 함께 절로 돌아왔다. 한밤중에 달은 이미 기울고 바람이 소나무 가지에 세게 불었다. 만물이 적막한 허무함 속으로 가라앉는 듯 고요했다. 풀 아래서 찌르륵 찌르륵 나는 벌레 소리는 쉬임없이 거친 언덕의 조용함을 더욱 드러냈다.

응옥은 갑자기 몸을 떨고 일어나 돌아보았다. 그는 막 란의 긴 한숨소리를 들었다. 그는 언덕 옆에서 이슬에 젖어 올라오는 가벼운 연기를 상상해 보았다. 그러나 그의 등뒤에서 란은 여전히 부드럽고 규칙적으로 걸음을 떼어내고 있었다.

절에 도착한 응옥은 발소리를 낮추고 방으로 들어갔다. 란은 행랑 앞에 기대어 앉아서 밤새 머리속에 떠나지 않는 생각들로 밤을 지새울 수밖에 없었다.

- Ái tình mà... chú cho là một sự nhỏ nhen?
- Nhỏ nhen, nếu đem ví với lòng bác ái. Vì lòng bác ái mà Phật Tổ xa vợ, xa con, xa cha, xa mẹ, lang thang khắp bốn phương giời để tìm phương giải thoát cho nhân loại. Vậy xin ông cũng vì bác ái mà xóa bỏ trong lòng những tên chú Lan, cô Thi, như thế thì ông sẽ cứu sống được một nhân mạng, cứu vớt được một linh hồn. Trên đời, chỉ có lòng bác ái là đáng kể.

Ngọc ngẫm nghĩ rồi quả quyết nói rằng.

- Vâng, tôi xin thuận theo những lời vàng ngọc của chú. Vậy bây giờ muốn tránh khỏi sự ngờ vực thì ta trở lại Long Vân. Tôi xin cam đoan rằng ngoài tôi ra không ai có thể rõ được sự bí mật của chú.

Hai người yên lặng cùng trở lại chùa. Đêm chìm đắm vào trong cõi hư vô tịch mịch. Tiếng các côn trùng rì rì dưới cỏ liên miên không dứt càng làm rõ rệt sự yên lặng của một cảnh đồi hoang vắng.

Ngọc bỗng giật mình quay lại. Chàng vừa nghe thấy một tiếng thở dài, mà trong lúc mơ màng, chàng tưởng tượng ra một làn hơi nhẹ ở sườn đồi sương ướt bốc lên. Nhưng sau lưng chàng Lan vẫn dịu dàng đều đều đặt bước, như bộ máy êm lặng nhẹ nhàng.

Về tới chùa, Ngọc rón rén vào buồng, còn Lan thì ngồi tựa án phòng trai, băn khoăn suốt đêm không ngủ, ngổn ngang trăm mối bên lòng...

Ⅶ

언덕 옆에 서쪽을 바라보니 차밭에는 여름에 작열하는 햇볕 아래 어제의 물기가 말라가고 있었다. 어젯밤 한차례 내린 비 뒤에 먼지가 깨끗하게 씻긴 잎사귀들은 누군가 수건을 가지고 닦아 놓은 것처럼 태양 빛에 반사되어 반짝거렸고 그것은 마치 수천개의 타원형 거울처럼 깨끗했다.

란은 가지와 잎이 무성한 늙은 차나무 구석에 등을 기대고 앉았다. 옆에는 빈 대바구니를 놓고 전날 밤부터 일어난 일들을 떠올려 보았다. 그녀의 얼굴엔 슬프고 걱정스러운 기색이 역력했다. 란은 하늘을 응시하며 부처님께 곧 가라앉을 듯한 무거운 마음을 굽어 살펴주시기를 작은 소리로 기원하였다. 그때 갑자기 옆에서 움직이는 소리가 났다. 란은 놀라서 돌아보았다. 무성한 나뭇가지 위를 바인쿠엔새가 이리저리 날아다니며 놀고 있었다. 란은 새를 유심히 살펴보았다. 깃털이 가지런하게 예쁜 새였다. 손을 뻗어서 불러보기도 했다. 그러나 란을 두려워한 새는 재빨리 날아가 버렸다. 새가 스치고 간 잎사귀 속에서 솩솩 하는 소리가 났다. 란은 한숨을 내쉬며 혼잣말을 했다.

– 도망, 어떻게 해서든지 나도 도망을 가야해.

Trên sườn đồi, nhìn về phía tây, nương chè nằm phơi dưới nắng gay gắt mùa hè. Sau trận mưa hôm qua, các lá sạch hết bụi, như có người lấy khăn lau đi một lượt, lóng lánh phản chiếu ánh thái dương, bóng nhoáng tựa trăm nghìn chiếc kính bầu dục.

Dựa lưng vào một cây chè cỗi, cành lá rườm ra, bên cạnh một cái rổ không, Lan ngồi ngẫm nghĩ đến những sự xảy ra từ tối hôm qua, vẻ lo buồn in trên nét mặt rầu rầu. Lan đăm đăm nhìn trời, lâm râm khấn cùng Phật Tổ, xin ngài xuống cứu vớt tấm linh hồn sắp đắm đuối. Bỗng có tiếng động bên mình. Lan giật mình quay lại. con vành khuyên đương lách tách nhảy trên cành lá rậm. Lan mỉm cười ngắm nghía con chim con xinh xắn mướt lông rồi giơ bàn tay ra vẫy. Con chim kinh sợ bay vụt, tiếng sột soạt trong đám lá. Lan thở dài, nói một mình.

- Trốn, thế nào cũng phải trốn.

용운사에서 돌아온 그 날 아침에 두 사람은 달리 별 뜻 없는 몇 마디 말만 주고 받았을 뿐이다. 란은 아직 응옥이 이 일을 어떻게 처리할지 알지 못했고, 그가 약속대로 즉시 하노이로 돌아갈 것인지, 아니면 여기서 어떻게 하려는 것인지 알 수 없어 머리가 아파왔다. 응옥은 군자의 마음을 가지고 있지만 사랑하는 마음 앞에서도 그가 계속 그 마음을 지킬 수 있을지, 혹시나 비밀이 탄로 나지는 않을지, 그것은 알 수 없는 일이었다. 사람의 마음… 누가 사람의 마음을 알 수 있을까?

란은 눈을 들어 주변의 풍경을 둘러보았다. 풀, 나무, 구름, 물 모든 것들이 모두 자신을 감시하고 있는 듯 했다. 언덕 기슭 아래로 반짝이며 굽이쳐 흐르는 은빛 물줄기를 보니 금모래 사이로 여유로이 졸졸 흘러내리고 있었다. 그 평화로운 광경 속에서 사람을 해칠 수 있는 독사들이 숨어 있는지는 알 수 없다. 심지어는 바람 부는대로 부드럽게 흘러가는 구름들이나 푸른 나뭇잎과 섞여 천천히 피어오르는 연기까지도 갑자기 무정한 조물주의 파괴의 힘이 될지 알 수 없어서 의심이 갔다.

무정! 한차례의 바람이 생각을 반성하는 듯 차나무 가지를 흔들어댔다. 란은 슬픈 목소리로 자신에게 이야기했다.

– 무정! 나도 무지무각(無知無覺)의 만물처럼 무정하게 될 수 있다면 얼마나 좋을까?

그때 란의 생각은 다시 자신의 내부로 옮겨졌다. 불교의 숭고한 삶인 십이인록 (十二因緣)과 생로병사 (生老病死)의 사요제 (四耀帝) 이론들이 란의 기억 속에서 뒤섞였다.

Sáng hôm ấy ở chùa Long Vân về hai người cùng nhau chỉ trao đổi một vài câu vơ vẩn. Lan chưa hiểu ý bạn định sẽ xử trí ra sau, chả biết có về Hà Nội ngay như lời bạn đã hứa không? Ngọc có lòng quân tử nhưng đứng trước thần ái tình bạn có giữ mãi được lòng quân tử ấy không? Hay là sự bí mật kia cũng bị phá? Cái đó cũng chưa biết chừng. Lòng người, ai hiểu được lòng người?

Lan liếc mắt ngắm phong cảnh quanh mình, lòng hoài nghi man mác đến cả cỏ, cây, mây, nước. Cúi nhìn dòng nước bạc lấp lánh dưới chân đồi quanh co uốn khúc, rì rì lướt giữa dọc cát vàng. trong cảnh êm đềm ấy biết đâu không ẩn núp những loài rắn độc hại người. Cho chí đám mây dịu dàng theo chiều gió thổi, làn khói lờ đờ bay, lẫn lá xanh, biết đâu không trở nên sức mạnh phá phách của con tạo vô tình...

Vô tình, luồng gió sẽ thoảng động cánh chè như tiếng phản thanh của ý nghĩ. Lan mỉm cười nói một mình. Vô tình! Ước gì ta được vô tình như vạn vật vô tri vô giác!

Tư tưởng của Lan lúc đó lại rời bỏ cảnh ngoại vật mà thu vào trong tâm trí. Những lý thuyết tứ diệu đề, thập nhị nhân duyên, hoặc là cái đời cao thượng của Phật Tổ lộn xộn trong trí nhớ của Lan.

그리고 이 일을 넘어 저 일을 생각하다가 란은 지난 일을 다시 떠올렸다. 란은 가문 있는 집안의 자식으로 본성이 총명하고 어릴 때 한학을 공부했다. 선생님은 또한 불도를 숭상하는 사람으로 간혹 불교의 교리를 가르쳤고 란으로 하여금 아주 자연스럽게 자비심을 갖도록 해서 불도를 가까이 하게 했다. 그리고 란의 부모님이 돌아가신 후 란은 작은아버지와 함께 살게 되었는데 작은아버지는 란을 억지로 부자집에 시집보내려고 했다. 불교의 고상한 사상으로 물들어 깨끗한 영혼을 가진 란은 그와 같은 부귀영화는 하찮은 일로 여겼다. 특히 란은 어머니가 임종하실 때 어머니와 약속이 있었다. 란은 즉시 집을 나와 남장을 하고 용강사에 수계를 받으러 갔다. 란은 강가에 여러 물건들을 그럴듯하게 남겨두어서 집안 식구들이 자신을 자살한 줄로 여기도록 꾸몄다.

자비의 문에 의탁한지 이년이 넘었고 그간에 주지스님이 귀하게 여겨주셔서 불도를 전수받았다. 란은 속세의 인연을 끊었다고 생각하고 최선을 다해서 밤낮으로 불경을 배우기를 쉬지 않았다. 그러니 누가 의심할 수 있었겠는가…

란은 멍하니 눈을 들어 주위를 둘러보았다. 쩌우 나무 가지위에서 비취새가 머리를 숙이고 머리털을 세우고 암컷쪽에 부리를 가까이 들이밀고 있었다. 란은 눈을 감고 다른쪽으로 돌아보았다. 저쪽 마른 쏘안 나무 가지 위에 두 마리 희고 검은 까마귀가 서로 다정하게 털을 훑고 있었다. 란은 다시 눈을 감고 마치 사경을 헤매는 것처럼 긴 숨을 거푸 들이쉬었다.

– 그가 떠나면 얼마나 좋을까…

갑자기 언덕 기슭에서 목 스님이 부르는 소리가 났다.

Rồi nghĩ sự nọ nhẩy sang sự kia. Lan lại ôn tới cái đời ký vãng. Lan con nhà dòng dõi, bẩm tính thông minh, thủa nhỏ được theo học chữ nho. Ông thầy học lại là người mộ đạo Phật thường đem Phật giáo ra giảng, khiến Lan yêu mến cái đạo rất dịu dàng, êm ái kia. Rồi cha mẹ Lan mất Lan ở với chú, chú muốn ép gả Lan vào nơi phú quý. Linh hồn trong sạch của Lan đã tiêm nhiễm những tư tưởng cao thượng của Phật giáo, cho sự ấy là nhỏ nhen. Nhất là Lan nhớ tới lời thề cùng mẹ trong khi mẹ hấp hối. Lan liền bỏ nhà đi trốn, cải nam trang đến thụ giới tại chùa Long Giáng. Lan khôn khéo bỏ lại nhiều tang vật trên bờ sông khiến nhà yên trí rằng Lan đã tự vẫn.

Nương náu cửa Từ bi hơn hai năm nay, được sư tổ quý mến truyền giáo đạo Phật, dốc lòng ngày đêm dùi mài kinh kệ, đã tưởng dứt bỏ được trần duyên. Ai ngờ....

Lan giật mình ngước mắt ngơ ngác nhìn. Trên cành cây trẩu, con chim gáy đương gật đầu xù lông cổ, gù ở bên con chim mái, Lan nhắm mắt rồi quay đi nơi khác, thì kia, trên cành xoan khô khan hai con quạ khoang đương rỉa lông cho nhau. Lan lại nhắm mắt thở dài, cuống quít như bị vây vào trong cảnh chết mà khó tìm được lối ra.

"Ước gì ông ấy đi..."

Bỗng có tiếng chú Mộc gọi ở chân đồi.

– 란 스님!

란은 두려워서 벌떡 일어서서 대답했다.

– 무슨 일이세요?

목 스님은 여전히 언덕 기슭에 서서 위를 향해 말했다.

– 큰 스님이 찾으세요.

– 내려갈게요. 스님 먼저 가세요.

란은 서둘러서 대바구니에 차를 가득 땄다. 그리고 허겁지겁 언덕 아래로 내려와 절로 돌아왔다. 그러나 바로 큰스님에게 가지 않았다. 문이 잠긴 창고 방으로 곧장 가 무언가 두려운 듯이 한쪽 구석에 쪼그리고 앉았다. 그 후 햇볕이 내리쬐는 바깥에 계속 있었기 때문에 머리가 아파 란은 다시 침대에 등을 기대고 있다가 깜박 잠이 들었다.

저녁 종소리가 란을 깨웠다. 눈을 번쩍 뜨고 마당을 보았다. 하늘이 이미 어두워져 있었다. 갑자기 등잔을 켜야 할 시간이 지나지 않았는지 걱정이 되었다. 즉, 응옥 방의 등잔을 켜는 일이다. 대웅전에만 단 한 개의 땅콩 기름 등잔이 있는 탓이다. 응옥의 방 앞이다. 란은 두려워 몸을 부르르 떨고서 그의 방에 들어섰다.

그러나 다행히 아무 기척도 없었다. 란은 서둘러 죽순 모양의 등잔을 가지고 부엌으로 가서 기름을 부었다.

등잔을 가지고 올라가니 불빛이 작은 방 구석구석을 비췄다. 둘러보니 응옥은 어느 곳에도 보이지 않았다. 용기가 생긴 란은 여러가지 물건들을 자세히 보았다. 책상 위에 가벼운 쇠 주전자와 함께 알코올 램프가 있을 뿐이었다. 모기장이 없는 침대 위에 불교서적과 두 세권의 서양 소설이 던져져 있었다. 그러나 짐들과 응옥은 어디에도 보이지 않았다.

- Chú Lan!

Lan sợ hãi đứng phắt dậy vội đáp.

- Cái gì đấy chú?

Chú Mộc vẫn đứng ở chân đồi nó lên.

- Cụ cho tìm chú đấy!

- Tôi về đây, chú cứ về trước đi.

Lan vội vàng hái chè đầy rổ, rồi hấp tấp xuống đồi trở về chùa, đi thẳng vào buồng kho đóng cửa ngồi vào một xó, như sợ ai. Sau, vì ở mãi ngoài nắng nên thấy rức đầu, Lan vừa ngả lưng xuống giường đã thiu thiu ngủ lúc nào không biết.

Tiếng chuông chiều đánh thức Lan dậy, mở bừng mắt trông ra sân, Lan thấy trời đã nhá nhem tối, chợt nhớ đến giờ làm đèn ở buồng Ngọc, vì ở nhà tổ chỉ thắp có ngọn đèn dầu lạc, Lan lo sợ run lẩy bẩy bước vào nhưng may không thấy ai lên tiếng, Lan liền cầm vội cây đèn búp măng đem xuống bếp rót dầu.

Khi mang đèn lên, ánh sáng rọi khắp gian buồng con con. Lan liếc mắt nhìn không thấy Ngọc đâu, trong lòng sinh bạo dạn, đứng lại ngắm kỹ các vật. Trên bàn trơ trọi cái bếp cồn cùng cái ấm sắt nhẹ. Lỏng chỏng ở trên chiếc giường không màn quyển Phật giáo và hai ba cuốn tiểu thuyết Tây. Mà cái va- ly thì không thấy đâu hết.

란은 주위를 둘러보고 생각했다. 갑자기 무언가 생각난 듯 그는 허겁지겁 아래채로 달려갔다. 거기에 목 스님이 있었다.

– 저, 스님. 응옥 선생님은 어디 계세요?

– 벌써 아침에 하노이로 돌아갔어요.

란은 놀랐다.

– 언제 돌아갔어요?

– 스님이 차밭에 있을 때요. 그 분이 스님께 인사를 전했는데 내가 잊었네요.

란은 눈을 거의 감고 한참 생각에 빠져 있다가 말도 안 되는 질문을 던졌다.

– 왜 하노이로 돌아갔죠?

– 스님, 참 이상하군요. 누가 왜 그분이 하노이로 갔는지 알 수 있겠어요. 알고 싶으면 그분께 직접 물어보아야지요.

– 왜 갑자기 하노이로 돌아갔을까? 정말 돌아간 걸까요?

– 아! 응옥씨가 스님에게 줄 책을 방에 남겨두었대요.

– 네, 제가 올라가서 가지고 갈게요.

란은 또 다시 응옥의 방으로 갔다. 방에 들어간 란은 방문을 닫고 몇 권의 책을 펼쳐 보았다. 왜냐하면 틀림없이 응옥이 작별의 말을 남겼을 거란 생각이 들었기 때문이다. 과연 란의 짐작이 틀리지 않았다. 불교 서적 안에 몇 줄 짧게 쓰인 한 장의 편지가 끼워져 있었다.

어제 약속한 말을 지키기 위해서, 저는 스님이 수행해서 득도하도록 이별의 인사를 합니다. 스님이 여전히 나에 대해서, 이 곤고한 친구에 대해서 기억한다면 스님은 내 영혼이 빨리 열반에 이르도록 기도해 주십시오.

Lan đứng nhìn quanh ngẫm nghĩ. Bỗng chú hấp tấp chạy xuống nhà ngang hỏi chú Mộc.

- Này chú, ông Ngọc đâu?

- Ông Ngọc về Hà Nội từ sáng ngày kia mà.

Lan hoảng hốt.

- Về lúc nào?

- Lúc chú ở vườn chè. Ông đấy nhắn nhời chào chú đấy. Tôi quên bẵng mất.

Lan nhìn vơ vẩn cặp mắt lờ đờ ngớ ngẩn hỏi.

- Sao lại về Hà Nội?

- Rõ chú lẩn thẩn lắm, còn ai biết tại sao ông ấy về Hà Nội nữa. Muốn biết thì hỏi ông ấy.

Lan như vẫn không lưu ý đến câu trả lời, nhắc lại câu hỏi.

- Sao lại về Hà Nội? Về Hà Nội rồi à?

- À! Ông Ngọc cho chú quyển sách để ở trên buồng ấy.

- Được để tôi lên lấy.

Lan nói thế để lấy cớ lên buồng Ngọc. Vào buồng, Lan sẽ khép cửa rồi lấy quyển sách mở ra xem, vì Lan chắc thế nào Ngọc về Hà nội cũng có một vài lời từ biệt. Quả Lan đoán không sai. Một tờ giấy viết như gập, ở trong đó có mấy hàng vắn tắt.

Giữ lời hứa hôm qua, tôi xin kính chào chú ở lại tu cho thành tránh quả... Chú có còn tưởng nhớ tới tôi là người bạn khốn khổ này, thì xin chú cầu nguyện cho linh hồn tôi chóng được lên cõi Nát Bàn.

란은 편지지를 손에 쥐고 등잔에 바싹 다가가 세 번, 네 번, 연거푸 다시 읽었다. 혀를 차고 곧 가늘게 말아서 등잔 유리갓 안에 들이밀어 불살랐다. 란은 슬픈 모습으로 종이가 재가 될 때까지 불길 끝을 바라볼 뿐이었다.

갑자기 란은 침대 아래로 털썩 주저앉으며 손으로 얼굴을 감쌌다. 소리없이 흐느껴 울었다. 마음속의 슬픔이 두 줄기 눈물을 따라 점점 사라져갔다.

울음을 그치고 고개를 들었다. 가슴이 울렁거리던 것이 사라지고 심장이 세게 치던 것도 평소와 같아졌다. 마치 막 깨어난 사람 같았다.

– 그만, 내가 정신이 나갔나봐. 혹시…

란은 벌떡 일어나서 등잔을 끄고 눈물을 훔쳤다. 웃절로 올라가며 그녀는 몇몇 가슴에 차오른 말들을 참지 못하고 쉼없이 중얼거림으로 내뱉었다.

– 잊자, 잊어야 한다. 어머니의 영혼 앞에서 한 맹세를 나는 여전히 기억하고 있다. 그것은 속세의 애정의 속박을 버리기 위한 부적이 될 것이다.

그러나 사람들은 가끔 무언가를 잊기 위해 사실과 반대의 행동을 하곤 한다. 밤에 아무도 없는 길을 혼자 갈 때 소심한 사람은 곧잘 휘파람을 불어서 용기있는 모습을 보이려고 하지만 사실 마음 속으로는 무서워서 덜덜 떨곤 한다. 란 또한 입으로는 잊어야 한다고 말은 하지만 그것은 단지 그리움의 표시일 뿐이다. 란은 애정이란 작고 작은 것이라고 치부하려 한다. 하지만 사실 그것은 이미 그녀의 내부에서 너무 크게 자라나 그 영혼을 가득 메우고 모자라 넘치고 말았다. 그의 하는 말, 걷는 모습, 눈길, 웃음소리, 생각 모두가 그녀에게 애정으로 남아있었다. 란은 한탄하듯 중얼거렸다.

Lan cầm mảnh giấy ghé gần đèn đọc đi đọc lại ba, bốn lượt rồi tặc lưỡi, cuộn nhỏ lại thò vào trong thông phong châm lửa đốt. Nét mặt rầu rầu Lan nhìn ngọn lửa cháy cho đến khi tờ giấy thành than.

Bỗng Lan ngồi phịch xuống giường, lấy tay bưng mặt khóc nức nở không ra tiếng.

Nỗi sầu khổ trong lòng theo hai hàng lệ dần tiêu tan, Lan thấy đỡ thổn thức, tim bớt đập mạnh, rồi Lan như người sực tỉnh.

- Thôi, ta điên mất rồi! Chẳng lẽ...

Lan đứng phắt dậy, tắt đèn rồi lau nước mắt quả quyết lên chùa trên, vừa đi vừa lẩm bẩm.

- Quên, phải quên! Lời thề trước linh hồn mẹ, ta thấy còn nhớ đinh ninh trong trí. Đó là cái bùa để trừ bỏ những sự cám dỗ của cái tình nhỏ nhen ở nơi dương thế.

Nhưng con người ta vẫn thế. Bao giờ cũng nghĩ trái với sự thật. Một người hay do dự, luôn luôn nghĩ tới sự quả quyết, hoặc nói mình phải quả quyết. người rút rát sợ ma, đêm đi đường vắng một mình thường hay huýt sáo làm ra bộ mạnh bạo lắm, nhưng kỳ thực trong lòng lo sợ, chân tay run lẩy bẩy. Lan cũng vậy, luôn mồm nói phải quên. Nhưng đó chỉ là triệu chứng của sự nhớ. Thật ra cái tình mà Lan cố tưởng tượng là nhỏ nhen, nó to tát, nó đầy rẫy, nó chứa chan khắp linh hồn Lan. câu nói, dáng đi, điệu nhìn, giọng cười, ý nghĩ đều là hình ảnh của ái tình?

Lan lẩm bẩm.

– 나는 부처님께 아주 많은 죄를 지고 말았어.

그때 향 냄새가 란의 코로 조금 들어왔다. 정신을 차리고 보니 란도 이미 웃절에 올라와 있었다. 그러면서도 여전히 응옥의 방에 앉아 있는 것으로 생각했던 것이다.

눈을 들어보니 땅콩기름 등잔불의 희미한 검은 그림자 속에 어른거리는 불상들이 보였다. 비록 확실하게 보이지는 않았지만 란은 그 불상이 관용과 냉철함을 함께 지닌 미소를 가지고 있다고 생각하였다. 란은 야단을 맞는 사람처럼 천천히 머리를 숙이고 발소리를 낮춰 나무 좌상에 이르러 무릎을 꿇고 아주 작은 소리로 기도를 했다.

- Ta rất có tội với đức Phật Tổ.

Lúc ấy Lan thoáng ngửi thấy mùi trầm. Thì ra lên tới chùa trên từ bao giờ mà Lan không biết vẫn tưởng còn ngồi ở trong buồng Ngọc.

Ngước mắt trông lên thấy các tượng thấp thoáng trong bóng đen tù mù dầu lạc. Tuy không nhìn rõ nhưng Lan cũng tưởng tượng ra cái vẻ tươi cười, khoan dung mà lãnh đạm của những pho bụt. Từ từ, Lan cúi mặt như người vừa bị quở mắng, rồi rón rén tới bực gỗ quỳ xuống thì thầm khấu khứa...

Ⅷ

응옥이 없는 용강사에는 활동적인 모습이 이전보다 덜했다. 응옥이 절에 있는 한달 동안 몇몇 수행승들의 생활이 바뀌었던 것이다. 주지스님은 예전에는 독경, 염불을 외우는 시간 이외에는 늘상 영혼의 해탈문제를 묵상하기 위해서 정좌하고 있었다. 목 스님은 정리하고 쓸고 물을 붓고 밥상을 나르는 일 외에 중간 채에 계속 앉아서 티엔과 호 아줌마와 이야기를 했다. 그리고 란은 밤낮으로 절의 일을 돌보았다. 향을 사르고 등잔을 켜고 종을 치고 불경을 학습했다. 매일 반복되는 일은 다섯 사람의 생활을 기계처럼 만들었다. 매일, 매달, 매년 전혀 바뀌지 않는 똑같은 일들을 그들은 했었다.

그러나 응옥이 절에 온 날부터 이 다섯 기계는 어떤 때는 빠르게, 어떤 때는 느리게 불규칙적으로 움직였다. 비록 하는 일은 같았으나 주지 스님의 정좌시간도 여러번 부처님의 사적이나 불교에 관한 이야기들로 바뀌었다. 주지스님의 성격은 본래 말이 없고 엄격한 편이었지만 응옥의 이상한 생각이나 어리석은 물음에 대해서 웃음을 터뜨리기도 하셨다.

Chùa Long Giáng vắng Ngọc như thiếu hẳn vẻ hoạt động. Một tháng Ngọc ở chùa đã làm biến cải hẳn cái sinh hoạt của mấy người tu hành. Sư cụ, trước kia ngoài giờ tụng kinh, niệm Phật, thường chỉ tĩnh tọa để trầm tư mặc tưởng đến những vấn đề giải thoát linh hồn. Chú Mộc ngoài việc dọn dẹp, quét tước, rót nước, bưng cơm, chỉ ngồi lỳ ở nhà ngang chuyện trò cùng ông Thiện và bà Hộ. Còn chú Lan thì ngày đêm chỉ biết chăm nom mọi việc trên chùa, thắp nhang, đốt đèn, thỉnh chuông và học tập kinh kệ. Các công việc nhắc lại hằng ngày đã khiến năm linh hồn kia trở thành năm cái máy, giờ nào làm việc nào, ngày ngày, tháng tháng, năm năm không hề thay đổi.

Từ ngày có Ngọc ở chùa thì năm bộ máy khi nhanh khi chậm sai lạc đi nhiều. Tuy công việc chỉ có thế, song những giờ tĩnh tọa của sư cụ nhiều lần đã đổi thành những giờ nói chuyện về đạo Phật, về sự tích. Sư cụ bản tính thâm trầm nghiêm khắc, mà nhiều lần cũng phải phì cười về những câu hỏi ngớ ngẩn, những ý tưởng ngộ nghĩnh của Ngọc.

란 스님이 옆에 서서 시중을 들 때마다 응옥은 더욱더 기뻐했다. 그리고 담론도 더욱더 열띠어졌다. 그러나 서양의 주제들, 철학 사상들은 수행자의 귀에 들어올 수 없었다. 응옥은 소승의 책들 속의 이상들을 가지고 대승을 따르는 우리나라 불교에 관해서 논하였기 때문에 양쪽은 실제로 서로 부합할 수 없는 것이기도 했다. 그러나 그같은 불도에 관한 담론은 주지스님 역시 즐거워했다.

호 아줌마와 티엔씨, 목 스님, 응옥까지도 하루종일 바빴다. 옛날보다 바쁘고 분주했지만 그러나 모두 즐겁게 여겼다. 두 끼 식사를 깨끗하게 준비하거나 찻물을 끓이거나 세숫물을 가져다 주거나… 특히 목 스님은 응옥의 성격을 아주 편하게 생각해서 더욱 많은 얘기를 주고받았다.

이제 응옥이 하노이로 돌아가자 다섯 사람은 매일 똑같은 일들이 심심하게 느껴졌다. 이 맥빠진 기계들은 예전보다 더 기운이 빠졌다. 가장 심하게 느낀 사람은 란이었다.

응옥이 가고 난 지 삼사일 후에 그는 무엇을 해야할지 몰랐고 먹고싶어하지도 않았다. 주지스님과 목 스님은 응옥에 대한 그의 우정이 그렇게 친밀했나 이상하게 여길 정도였다.

그 날 저녁에 서쪽 언덕 너머로 해가 지고 란은 절 위의 우엉 밭에서 이리저리 서성거리고 있었다. 아직 묶지 않은 우엉나무단 위에 앉아서 란은 먼 곳을 바라보았다. 란의 영혼은 적막한 허무 속으로 날아가는 붉은 구름을 따라 가고 있었다. 란은 한숨을 쉬며 천천히 말했다.

Nhất là có chú Lan đứng hầu bên cạnh thì Ngọc lại càng thấy phấn khởi tâm trí, mà cuộc đàm luận càng có vẻ náo nhiệt lắm. Những thuyết về thái tây, những tư tưởng triết lý của Ngọc không thể lọt tai nhà tu hành được. Nhất là Ngọc lại đem những ý tưởng trong các sách của phái tiểu thưa mà bàn tới đạo Phật ở nước ta theo về phái đại thừa, thì thực hai bên không hợp ý nhau. Có những cuộc đàm đạo ấy, nên trong lòng sư cụ thấy vui vui và cụ chỉ lo tới ngày cùng Ngọc biệt ly.

Đến cả bà Hộ, ông Thiện, chú Mộc trong khi có Ngọc cũng thấy bận suốt ngày, nhưng tuy bận bịu, rộn rịp hơn xưa mà vẫn lấy làm vui vẻ. Nào hai bữa cơm sửa sang cho lịch sự, nào hầu hạ pha nước lấy thau. Nhất là chú Mộc thấy Ngọc tính rất dễ dãi vui đùa lại hay lên chuyện gẫu lắm.

Nay Ngọc về Hà Nội, năm người đều thấy những công việc hàng ngày buồn tẻ. Mấy cái máy uể oải hơn xưa. Nhưng người buồn tẻ nhất là chú Lan.

Ba, bốn ngày sau khi Ngọc đi, chẳng biết làm gì, chẳng muốn ăn uống gì. Đến nỗi sư cụ và chú Mộc cũng lấy làm lạ rằng cái tình bằng hữu của chú đối với Ngọc không ngờ thân mật đến thế.

Chiều hôm ấy, mặt trời đã lặn sau rặng đồi tây, Lan còn thơ thẩn ở trên vườn sắn sau chùa. Ngồi trên bó cành lẫn lá để ngổn ngang chưa buộc, cặp mắt lờ đờ nhìn về phía xa xa, linh hồn Lan như đương theo đám mây phản chiếu sắc hồng của vùng thái dương mà bay về nơi hư vô tịch mịch, Lan thở dài, buột mồm thong thả nói.

《열반! 봉래!》

'종교'와 '사랑'의 두 생각이 마음 속에서 서로 싸우고 있는 것 같았다.

갑자기 란은 꿈에서 완전히 깬 듯 놀랐다. 절의 종소리가 마치 자비, 무위, 안위, 달램의 소리처럼 느껴졌기 때문이었다. 란은 미소지었다.

– 어떻게 해서라도 속세로부터 멀리 떠나야 한다.

절의 종소리가 란의 영혼의 해탈을 즐겁게 웃는 듯이 여러번 울렸다.

란은 종이 칠 때마다 따라 웃었다. 그 웃음소리는 석양의 희미한 빛 아래 조용한 허공 속으로 멀리 멀리 번져갔다.

≪Nát Bàn! Bồng Lai!≫

Hai ý tưởng "tôn giáo" và "ái tình" hình như đương công kích nhau ở trong tâm trí.

Bỗng Lan giật mình tỉnh bừng giấc mộng. Tiếng chuông như cất giọng từ bi vỗ về, an ủi, dỗ dành, Lan mỉm cười lẩm bẩm.

- Thế nào cũng phải lánh xa nơi trần tục!

Tiếng chuông đổ hồi như vui mừng, cười khanh khách vì đã giải thoát được linh hồn Lan.

Lan cũng cười tiếp theo hồi chuông, tiếng cười lanh lảnh trong làn không khí yên lặng dưới ánh lù mù ảm đạm buổi chiều tà.

IX

선달의 맑은 햇빛이 무성한 림 나무 (절의 기둥을 만들 때 쓰는 단단한 나무) 사이로 비추고 있었다. 우엉 밭 둘레에 몇 그루의 쩌우 나무는 가지가 마르고 앙상했다. 바람은 가볍게 불고 노란 잎이 한 잎씩 떨어졌다.

란은 햇빛을 쪼이며 앉아서 작은 소리로 불경을 읽다가 간혹 책을 아래 내려놓고 주위를 둘러보았다. 우엉 밭 위에 낙엽이 구르는 소리는 란으로 하여금 지난날의 기억 조각들을 떠올리게 했다. 란은 눈을 감고 용운사에 갔을 때 떨어진 잎새의 모습을 생각했다. 개울가에 몇 그루의 늙은 소나무 아래 저녁 바람이 불고 마른 소나무 잎이 개울물을 따라 흘러가던 광경이었다.…

떨어진 잎새!

그때부터 지금까지 6개월이 흘렀다. 란은 수없이 많은 슬픔과 그리움, 기쁨과 걱정 속을 힘겹게 지나왔다.

처음 열흘동안은 우울하고 슬펐다.

밤낮으로 불도에 더욱 귀의해서 마음을 가라앉혔다.

비록 한밤중에 잠에서 깨거나 오후에 바람이 불거나 산꼭대기에 달이 뜰 때나

심혼 속에서 여전히 친구의 모습이 떠올랐다 사라졌으나 자비의 도는 여전히 애정을 이겨내게 했다. 오래지 않아 머리 속에서 누군가의 모습이 희미해졌다.

Ánh sáng trong vắt của vầng thái dương tháng chạp chiếu qua rặng lim um tùm. Mấy cây trẩu chung quanh vườn sắn xơ xác cành khô. Luồng gió thoảng, lá vàng rơi lác đác...

Lan ngồi sưởi dưới ánh nắng, thì thầm đọc kinh thỉnh thoảng lại đặt quyển sách xuống, ngơ ngác nhìn. Tiếng lá rụng trên vườn sắn như có mãnh lực gì khiến Lan ôn lại những đời dĩ vãng, Lan nhắm mắt trong trí, lại tưởng tượng ra cái cảnh lá rụng khi đi sang chùa Long Vân, cái cảnh bên bờ suối mấy gốc thông già, chiều hiu hắt, lá thông khô, theo dòng suối trôi đi...

Lá rụng!

Từ đó đến nay đã qua sáu tháng. Lan trải bao sự buồn, nhớ, mừng, lo.

Trong khoảng mười hôm đầu, Lan ủ rũ âu sầu.

Rồi dần dần ngày đêm vui đạo Phật, lòng cũng nguôi nguôi.

Tuy khi đêm khuya thức giấc, khi chiều tà gió thổi, khi trăng mọc đầu non, hình ảnh người bạn cũng còn phảng phất trong trí, nhưng đạo Từ bi vẫn thắng nổi được ái tình. Chỉ ít lâu là ảnh ai đã mờ hẳn trong ý nghĩ.

그리고 그리움과 슬픔은 즐거움과 기쁨으로 바뀌어졌다. 마음 속에서 란은 수행의 길에서 어려운 한 걸음을 옮겨왔다고 기뻐했다.

떨어진 잎새!

마른 울타리에 부딪히는 나뭇잎소리는 갑자기 거의 잊은 것 같은 옛 이야기를 불러일으켰다. 란은 자신의 비밀이 다른 사람에게 알려질 그 어느 날에 대해 생각하고 걱정하고 또 걱정했다. 친구들에게 즐겁게 얘기할 때 응옥은 자신에 대한 이야기를 할 지도 모르는 일이었다. 만약 그가 잊으려 한다 해도 어떻게 잊을 수 있겠는가. 한번은 그가 자전거를 타고 절 가까이 와서 가게에 한동안 앉아 있다가 박닌으로 돌아갔다는 이야기를 번에게서 들었다. 란은 번이 잘못 보았다고 말을 했지만 마음속에는 여전히 그것이 사실이라고 믿고 있었다. 그리고 또한 그것이 사실이기를 바랬다.

해가 서쪽으로 넘어갔다. 바람이 차게 불었다. 란은 몸을 떨고 마치 누군가 자신의 부정한 뜻을 들을까 두려워하듯이 주위를 둘러보았다. 란은 진리를 찾기 위해서 좌선하고 앉아 계신 주지스님을 닮기 위해서라도 더 이상 생각하지 않으려고 애를 썼다.

갑자기 등뒤에서 바스락거리는 소리가 났다. 란은 돌아보았다. 응옥이 발소리를 죽이고 다가왔다.

란은 너무 기뻐서 갑자기 크게 소리질렀다.

– 응옥 선생님!

응옥은 미소를 지을 뿐 대답하지 않았다. 란은 다시 정신을 차리고 수줍어하며 친구를 나무랐다.

– 선생님은 저와 약속한 일을 잊고 왜 다시 오셨어요?

Rồi sự buồn, nhớ đổi ra mừng vui. Trong lòng, Lan hớn hở rằng đã qua một bước khó khăn trên con đường tu hành.

Lá rụng!

Tiếng lá tí tách trên bờ rào khô bỗng gợi đến chuyện cũ đã hầu quên. Lan nghĩ mà lo một ngày kia sự bí mật của mình sẽ bị phá. Biết đâu trong khi vui anh em chàng chẳng thuật câu chuyện gặp gỡ. Nếu chàng quên, nhưng nào chàng có quên được. Đã một lần chàng đi xe đạp đến gần chùa, ngồi nghỉ ở quán một lúc rồi lại quay xe trở về Bắc. Tuy Lan cho là Lan trông lầm, nhưng tâm trí Lan vẫn thì thầm với Lan rằng đó là chuyện thực, mà Lan cũng muốn đó là chuyện thực.

Mặt trời đã xế về tây. Luồng gió thổi, Lan rùng mình ngơ ngác, nhìn quanh như sợ có người đứng nghe trộm được những ý bất chính của mình. Lan cố không tư tưởng nữa, muốn theo gương sư cụ ngồi tĩnh tọa để tìm chân lý.

Bỗng có tiếng sột soạt ở sau lưng, Lan giật mình quay lại. Ngọc đương rón rén đi tới.

Lan mừng quýnh thốt nhiên kêu rú lên.

- Ông Ngọc!

Ngọc mỉm cười, không trả lời. Lan sực tỉnh bẽn lẽn, trách bạn.

- Ông đã hứa với tôi rằng ông quên, sao ông còn lên?

응옥이 미소지으며 말했다.

– 나는 여전히 그 일을 잊으려고 애쓰고 있어요. 그러나 어떻게 잊을 수 있겠어요!

그리고 응옥이 슬프게 말했다.

– 만약 스님이 나의 고통과 아픔을 이해한다면 스님 역시 나를 용서하세요.

란은 엄숙한 표정을 지으며.

– 제가 어떻게 감히.

그리고 말을 바꾸었다.

– 선생님, 절에 가셔서 큰스님께 인사하세요. 큰스님은 언제나 선생님 말씀을 하시고… 보고싶어 하세요.

응옥이 급히 고개를 저으며 말했다.

– 아니, 아닙니다. 저는 큰 스님을 뵈러 온 것이 아닙니다. 저는 단지 스님을 잠깐 뵙고 곧 바로 다시 돌아갈 겁니다.

란의 얼굴이 붉어졌다. 응옥은 란이 부끄러워한다고 생각했다. 그러나 사실 란은 매우 기뻤다. 응옥이 계속 말했다.

– 제가 스님을 만나러 왔지만 저는 여전히 약속한 말, 맹세의 말을 잊지 않고 있습니다. 제 잘못이 많습니다. 특히 스님의 수행의 삶에 대해서 저는 죄를 진 사람입니다. 그러나 틀림없이 부처님도 나의 진심을 아시고 아픈 마음을 이해하시고 나의 죄를 용서하실 거예요.

란은 눈을 조금 감고 먼 곳을 바라보았다.

– 그렇지만 날이 벌써 어두워지는데 선생님께선 어떻게 돌아가시려고요?

Ngọc mỉm cười trả lời.

- Tôi vẫn cố quên, nhưng nào có quên được.

Rồi Ngọc buồn rầu kể lể.

- Nếu chú thấu nỗi đau đớn khổ sở của tôi, thì chú cũng sẵn lòng tha thứ cho tôi.

Lan nghiêm sắc mặt.

- Tôi đâu dám.

Rồi nói lảng.

- Mời ông hãy vào chùa chào cụ, cụ nhắc tới ông luôn và nhớ ông lắm.

Ngọc vội gạt.

- Không, không. Tôi không lên thăm cụ đâu. Tôi chỉ lên đây thăm chú một lát rồi lại về ngay bây giờ.

Lan đỏ bừng mặt, Ngọc tưởng Lan xấu hổ, nhưng chính Lan sung sướng quá. Ngọc nói tiếp.

- Tôi lên thăm chú, vẫn biết đối với lời hứa, đối với lời thề, tôi rất có lỗi, mà nhất là đối với sự tu hành của chú, tôi rất là người có tội. Nhưng chắc Phật Tổ cũng thấu lòng chân thành, rõ nỗi đau đớn của tôi mà xá tội cho tôi.

Lan, con mắt lờ đờ nhìn về phía xa.

- Nhưng giời gần tối rồi, ông về bằng gì?

– 자전거를 타고 돌아갈 겁니다. 자전거를 저쪽 울타리 밖에 세워놓았습니다.

– 그렇지만… 여기서부터 박닌까지는 너무 멀어요. 또 박닌에서 하노이까지도 가야하는데 어떻게 자전거를 타고 가시겠어요?

– 괜찮아요. 이번이 벌써 세 번째인걸요. 지난번 두 번이나 올라왔으나 즉시 다시 돌아갔어요. 두려워서… 감히 스님을 만나러 오지 못했어요.

란이 냉랭하게 답했다.

– 이번에도 선생님이 바로 돌아가는 것이 옳았어요.

응옥은 란의 대답에 신경을 쓰지 않고 바로 란이 앉아있는 그곳에 있는 쩌우나무에 가까이 다가가서 아무말 하지 않고 란을 바라보았다.

떨어진 잎새!

란은 놀라서 그에게 말했다.

– 만약 큰 스님이 아시면…

응옥은 두 눈이 사랑에 빠진 듯 란을 바라보았다.

– 큰스님이 아시면 결국 우리는 큰스님에게 사실대로 말할 수밖에 없어요.

란은 웃으며 말했다.

– 제가 생각하기에 선생님은 존경할만한 군자십니다. 누가 여섯 달만에 그렇게 빨리, 선생님이 맹세의 말씀을 잊어버렸다고 생각하겠어요.

응옥은 엄격한 모습으로 대답했다.

- Tôi về bằng xe đạp. Xe tôi để tựa ở ngoài hàng rào kia.

- Nhưng từ đây về Bắc cũng xa rồi, lại còn từ Bắc về tới Hà Nội, ông đạp sao nổi?

- Cũng phải nổi. Lần này là thứ ba rồi, hai lần trước tôi cũng đã lên nhưng lại về ngay, sợ, không dám vào thăm chú.

Lan lạnh lùng đáp.

- Giá lần này ông cũng về ngay thì phải.

Ngọc không để ý đến câu trả lời của Lan lại gần đứng tựa vào cây trầu, ngay chỗ Lan ngồi, nhìn Lan, không nói.

Lá rụng!

Lan giật mình bảo bạn.

- Nhỡ cụ biết...

Ngọc vẫn nhìn Lan, đôi mắt âu yếm nồng nàn.

- Cụ biết thì ta thú tội với cụ là cùng chứ gì.

Lan cười nhạt nói.

- Tôi tưởng ông là bậc quân tử đáng kính, đáng tôn. Ai ngờ thấm thoát mới sáu tháng giời, ông đã quên lời thề rồi.

Ngọc nghiêm nét mặt trả lời.

– 저는 맹세의 말을 잊을 수 없기 때문에 그래서 더 고통스럽습니다. 사람의 본성은 잊는 것입니다. 만약 제가 모두 잊을 수 있다면…… 맹세의 말을 잊고 언덕 위의 달빛 비추는 밤을 잊고, 스님의 매일 매일의 말소리를 잊고 우리의 만남을 잊고, 스님을 잊고, 모두 잊는다면 더 나을까… 그러나 반대로 기억하고 마치 어제 일어난 모든 일처럼 상상한다면 과연 꿈속에서나마 행복하게 살 수 있을까……?

란은 앉아서 그의 말을 듣고 입술을 약간 열고 미소지으며 꿈에 취한 듯 눈을 거의 감고 있었다.

응옥이 슬퍼하며 마치 아기를 달래듯이 작은 목소리로 말하고 있었다.

해가 이미 언덕 뒤로 거의 넘어갔다. 겨울의 차디찬 해가… 저녁 바람이 가볍게 지나갔다.

떨어진 잎새!

란은 눈을 크게 뜨고 긴 숨을 쉬었다.

– 아니에요. 그럴 수 없어요.

응옥은 여전히 취한 사람처럼 계속 말했다.

– 맞아요. 제가 어떻게 꿈속에서 살 수 있겠어요. 제가 스님을 떠나 있는 6개월이 저에게는 6년같이 느껴졌어요.

란이 말했다.

– 선생님은 정신이 나가셨어요. 선생님은 저의 비밀을 지켜 주었지만 정말로 선생님은 정신이 나갔다고요. 지금 빨리 자전거를 타고 돌아가세요. 그렇지 않으면 스님이 아시고 선생님이 정신이 나간 것으로 인해서 비밀이 다 드러날 거예요.

- Chỉ vì tôi không quên được lời thề, nên tôi mới khổ tâm thế này. Bản tính của con người là quên. Nếu tôi quên được hết, quên lời thề, quên cái đêm trăng dõi trên đồi, quên lời ăn tiếng nói của chú, quên sự gặp gỡ của đôi ta, quên chú, quên hết, thì đâu đến nỗi. nhưng trái lại tôi nhớ, tôi tưởng tượng như mọi sự kia mới xẩy ra hôm qua, nào phải chăng tôi sống trong cảnh mộng?

Lan ngồi nghe, cặp môi hơi hé mỉm cười mắt! lim dim như đương thiu thiu trong giấc mộng?

Ngọc nói, lời nói rầu rầu se sẽ như người ru em.

Mặt trời đã gần lặn sau đồi, mặt trời lạnh lẽo mùa đông. Gió chiều thoảng qua.

Lá rụng!

Lan mở bừng mắt, thở dài.

- Không, không bao giờ thế.

Ngọc vẫn như người mê man, nói luôn.

- Phải, nào phải chăng tôi sống trong cảnh mộng sáu tháng tôi ở xa chú, tôi coi như sáu năm.

Lan nói.

- Ông điên mất rồi, ông tha lỗi cho tôi nhưng thực ông điên mất rồi, ông nên cưỡi xe đạp trở về ngay không cụ biết thì sự bí mật đến tiết lộ mất, vì ông điên mất rồi.

응옥이 애써 웃으며

– 저는 지금 바로 돌아갑니다. 그러나 저는 실제로 스님께 지금처럼 맑은 정신으로 말할 때가 없었어요. 스님께 한 말들은 실제로 제 마음속 깊은 곳에서 나온 것입니다. 그것은 부처님께서 증명하실 겁니다. 저는 저의 진정한 마음이 스님의 영혼을 감동시킬 수 없음을 알고 있기 때문에 오늘 마지막으로 올라와서 스님께 단지 작별인사를 하러 온 것일 뿐입니다. 이제부터 북쪽 사람, 남쪽 사람은 얼굴을 더 이상 마주할 일이 없을 것입니다.

란은 두 손을 얼굴에 감싸고 눈물을 흘려 옷자락을 다 적셨다. 란은 냉담한 마음을 지키려고 애썼지만 그 정도를 지킬 수 있을 뿐이었다.

응옥은 서둘러 머리를 숙이고 란의 손을 부축하고 말했다.

– 제가 잘못했어요. 그것 보세요. 란, 생각해 보세요. 어떻게 당신이 날 사랑하지 않는다고 할 수 있어요. 어떻게 우리 두 사람의 영혼이 한 곡조의 음악처럼 서로 감동하지 않을 수 있겠어요?

언덕 기슭 아래에서 몇몇 목동 아이들이 물소를 타고 물소 우리로 돌아가며 즐겁게 웃으며 농담을 하고 있었다. 쩌우 나무 위에는 새들이 짹짹거리며 서로 쫓아가고 있었다.

떨어진 잎새!

란은 벌떡 일어나서, 가볍게 응옥을 밀쳤다.

– 아니에요, 그럴 수 없어요!

응옥은 머리를 저으며 한숨을 쉬었다.

Ngọc cười gằn.

- Tôi về ngay bây giờ, nhưng tôi xin thú thực với chú rằng không bao giờ trí tôi lại sáng suốt như bây giờ, những lời tôi nói với chú, tôi nguyện có Phật Tổ chứng minh, thật là tận tâm can mà ra. Tôi vẫn biết lòng chân thành của tôi không thể cảm được linh hồn chú, nên nay tôi chỉ lên từ biệt chú lần cuối cùng mà thôi, từ nay kẻ bắc người nam xin không gặp mặt nhau nữa.

Lan hai tay bưng mặt, nước mắt dàn dụa ướt cả vạt áo. Lan cố giữ tâm hồn lãnh đạm, nhưng chỉ giữ được đến thế.

Ngọc vội cúi xuống đỡ tay Lan kêu van.

- Ngọc xin lỗi Lan. Đấy, Lan nghĩ xem, Lan có thể không yêu Ngọc được đâu. Cặp linh hồn ta như một điệu âm nhạc, không cảm động nhau sao được.

Dưới chân đồi, mấy đứa trẻ mục đồng cưỡi trâu về chuồng, cười đùa vui vẻ, trên cây trẩu đàn chim sẻ đuổi nhau tiếng kêu chiếp chiếp.

Lá rụng!

Lan đứng phắt dậy, sẽ ẩy bạn ra.

- Không bao giờ thế được!

Ngọc lắc đầu thở dài.

– 저는 스님이 불쌍합니다. 저도 역시 불쌍하지만 스님은 백 배, 천 배 더 불쌍합니다. 스님의 영혼은 애정과 종교에 의해서 양쪽이 밀고 당기고 있어요. 하느님, 부처님 그 양쪽의 큰 힘이 또한 팽팽해서 스님의 머리를 두개의 굴레속에 더욱더 조이고 있어요.

란은 눈썹을 찡그리고 한 발자국 뒤로 물러서서

– 그만, 선생님 더이상 말씀하지 마십시오. 선생님의 말씀 하나하나는 이 수행자의 간과 장을 찢는 듯, 불을 지르는 듯 합니다. 선생님, 지금 바로 돌아가시는 것이 좋겠습니다.

응옥이 부드럽게

– 네, 그러면 저는 가겠습니다. 스님, 안녕히 계십시오.

말을 마치고 응옥은 돌아섰다. 란은 털썩 주저앉아서 얼굴을 감싸고 울었다. 응옥은 다시 돌아와 조용히 서서 란을 바라보았다.

해는 이미 서쪽 언덕 뒤로 넘어갔다. 만물이 어둡고 슬픈 빛으로 물들었다.

떨어진 잎새!

란은 눈을 뻔쩍 뜨고 이리저리 둘러보았다. 그리고 미소지었다.

– 선생님, 아직 안 가셨어요?

– 란, 보세요. 란은 응옥이 돌아가도록 쫓아냈지만 란은 여전히 응옥이 이곳에 있는 것을 기뻐하잖아요. 란의 머리와 마음은 전혀 다른 길로 가고 있다고요. 응옥은 란을 사랑합니다. 저는 란 때문에 희생하기를 원하지만, 지금 어떻게 해야할지 저도 모르겠습니다.

란은 절 쪽을 응시하며 작게 이야기했다.

– 잊자. 잊어야 한다.

- Tôi thương hại chú quá. Tôi cũng đáng thương, nhưng chú còn đáng thương gấp trăm, gấp nghìn lần. Linh hồn chú bị ái tình và tôn giáo hai bên lôi kéo, mà lạy Trời, lạy Phật, hai cái mãnh lực ấy lại tương đương nên tâm trí chú càng bị thắt chặt vào hai tròng.

Lan nhíu đôi lông mày lùi lại một bước.

- Thôi, ông đừng nói nữa, mỗi lời nói của ông như đốt, như xé ruột gan kẻ tu hành này. Ông nên về ngay đi.

Ngọc dịu dàng.

- Vậy thì tôi về. Xin kính chào chú ở lại nhé.

Nói xong, Ngọc quay đi, Lan ngồi phịch xuống bưng mặt khóc, Ngọc trở lại, yên lặng đứng ngắm Lan.

Mặt trời đã lặn sau dãy đồi tây. Vạn vật nhuộm màu ảm đạm.

Lá rụng!

Lan mở choàng mắt, ngơ ngác nhìn. Rồi mỉm cười.

- Ông vẫn chưa về?

- Lan ơi! Lan đuổi Ngọc về mà Lan vẫn mừng rằng Ngọc còn ở lại. Trí Lan đi một đàng, tâm Lan đi một lối, Ngọc thương Lan. Ngọc muốn hy sinh vì Lan, nhưng chẳng biết xử trí ra sao bây giờ.

Lan, con mắt đăm đăm nhìn về phía chùa se sẽ nói.

- Quên! Phải quên?

– 그러나 어떻게 잊을 수 있겠어요.

– 그러면 단지 절을 버리고 도망가는 방법밖에 없어요.

란은 응옥이 잘못 이해할 것을 두려워해서 계속 말했다.

– 이 절에서 도망쳐 멀리 고원에 있는 절로 가서 수행해야지요.

응옥은 두려운 빛을 보이며 서둘러 말했다.

– 그러지 마세요. 만약 란이 가면 저는 말라서 시들어 죽을 것입니다. 어찌 제가 감히 이보다 더 바라겠어요. 그냥 가끔 절에 올라와서 란의 얼굴을 보는 것으로 족할 뿐입니다. 란은 계속 이곳에서 수행하세요. 그러면 저는 쉬는 날 자전거를 타고 절에 올라와서 란을 방문할 수 있겠지요. 그렇게 해도 되겠지요?

란은 미소지었다.

– 만약 계속 그렇게 될 수 있다면요.

– 저는 계속 그렇게 지킬 수 있다고 란에게 맹세할 수 있어요. 저는 부처님 앞에서 란에게 일생동안 진심으로 란의 아름다운 영혼을 존중할 것을 맹세해요.

– 맹세는 어떤 뜻이지요?

– 저의 일생에 저는 누구와도 결혼하지 않고 단지 불망 불멸의 사랑, 이상적인 사랑의 꿈속세계에서 사는 것입니다.

란은 두 눈에 눈물을 가득 담고 부드럽게 그에게 말했다.

– 그러지 마세요. 그러면 선생님의 가족은요?

응옥은 냉정하게

- Nhưng nào quên được?

- Nếu thế thì chỉ còn một cách bỏ chùa đi trốn.

Lan sợ Ngọc hiểu lầm, nói tiếp theo luôn.

- Bỏ chùa đi trốn đến tu ở một ngôi chùa khác, một ngôi chùa trên thượng du.

Ngọc có vẻ sợ hãi, vội gạt đi.

- Không nên. Nếu Lan đi thì Ngọc phải chết khô, chết héo mất. Ngọc chẳng dám mơ màng chi, chỉ ao ước thỉnh thoảng lên chùa nhìn thấy mặt Lan là đủ rồi. Vậy xin Lan cứ ở lại đây tu hành, rồi ngày Ngọc được nghỉ, cho phép Ngọc phóng xe đạp lên chùa thăm Lan, Lan có ưng như thế không?

Lan mỉm cười.

- Nếu được mãi như thế?

- Tôi xin thề với Lan rằng tôi giữ được mãi như thế. Tôi viện Phật Tổ tôi thề với Lan rằng suốt trong đời tôi, tôi sẽ chân thành thờ ở trong tâm trí, cái linh hồn dịu dàng của Lan.

- Thế nghĩa là thế nào?

- Nghĩa là suốt đời tôi, tôi không lấy ai, chỉ sống trong cái thế giới mộng ảo của ái tình lý tưởng, của ái tình bất vong, bất diệt.

Lan hai dòng nước mắt đầm đìa, dịu dàng bảo bạn.

- Không được. Còn gia đình của ông?

Ngọc lạnh lùng.

– 가족? 저는 더이상 가족이 없어요. 저의 대가족은 인류이고 우주입니다. 그리고 저의 소가족은 부처님의 자비의 그늘에 편안히 숨어있는 우리 두 사람의 영혼입니다.

란은 웃으며 조용히 그에게 말했다.

– 저는 부처님의 자비가 선생님을 그토록 깊이 감화시켰는지 몰랐어요! 우리 둘의 영혼이 그렇게 감화되었으면 좋겠어요.

응옥이 즐겁게

– 사랑은 만물의 공동의 규율이고 불교의 본성입니다. 우리가 서로 사랑하고, 영혼 속에서 이상 속에서 우리가 서로 사랑해요. 부처님도 우리 둘이 그와 같이 사랑하는 것을 막지 않으실 겁니다.

란은 옷자락을 들어서 눈물을 닦았다.

– 저는 선생님의 뜻을 잘 알겠어요. 날이 어둡기 전에 어서 돌아가세요.

응옥은 웃으며 인사했다.

– 그러면 란, 안녕히 계세요. 훗날 서로 만날 거예요…….

응옥이 란과 헤어져서 자전거를 끌고 언덕 아래로 내려갔다.

그때 하늘은 어두워지고 천천히 울려 퍼지는 저녁 종소리를 따라 세상은 고요와 적막의 공간으로 떨어졌다.

란은 서서 합장을 하고 염불을 했다. 눈은 거의 감고 언덕 기슭 아래 구불구불한 길을 바라보았다.

저녁 바람이 가볍게 불어왔다.

떨어진 잎새!

- Gia đình! Tôi không có gia đình nữa. Đại gia đình của tôi nay là nhân loại, là vũ trụ, mà tiểu gia đình tôi... là hai linh hồn của đôi ta, ẩn núp dưới bóng từ bi Phật Tổ.

Lan cười, ôn tồn bảo bạn.

- Tôi không ngờ Phật giáo đã cảm hóa ông được sâu xa đến thế. Giá tấm lòng của đôi ta cũng được cảm hóa như thế?

Ngọc vui vẻ.

- Yêu là một luật chung của vạn vật, mà là bản tính của Phật giáo. Ta yêu nhau, ta yêu nhau trong linh hồn, trong lý tưởng. Phật giáo cũng chẳng cấm đoán đôi ta yêu nhau như thế?

Lan đưa vạt áo lau nước mắt.

- Tôi hiểu ông lắm rồi. Vậy xin ông trở về thôi, kẻo trời đã sắp tối.

Ngọc vui cười.

- Thôi thế chào Lan ở lại nhé. Ngày khác sẽ gặp nhau...

Ngọc từ giã Lan dắt xe đạp xuống đồi.

Bây giờ sắc trời dìu dịu, vạn vật như theo tiếng chuông chiều thong thả sắp rơi vào cõi êm đềm tịch mịch.

Lan đứng chắp tay tụng niệm, con mắt lờ đờ nhìn xuống con đường đất quanh co lượn khúc dưới chân đồi.

Gió chiều hiu hiu...

Lá rụng!

Memo